The 바른
베트남어

저자 ┃ 당람장
감수 ┃ 호앙 티 투이 띠엔

The 바른
베트남어 STEP 2

초 판 인 쇄	2018년 1월 15일
2 판 2 쇄	2023년 12월 1일

지 은 이	당람장
감 수	호앙 티 투이 띠엔
펴 낸 이	임승빈
편집책임	정유항, 김하진
편집진행	송영정
디 자 인	다원기획
일러스트	손도영
마 케 팅	염경용, 이동민, 이서빈

펴 낸 곳	ECK북스
주 소	서울시 마포구 창전로2길 27 [04098]
대표전화	02-733-9950
팩 스	02-6394-5801
홈페이지	www.eckbooks.kr
이 메 일	eck@eckedu.com
등록번호	제 2020-000303호
등록일자	2000. 2. 15

I S B N	979-11-91132-93-9 (18730)
	978-89-92281-26-3 (세트)
정 가	15,000원

* ECK북스는 (주)이씨케이교육의 도서출판 브랜드로, 외국어 교재를 전문으로 출판합니다.
* 이 책의 모든 내용, 디자인, 이미지 및 구성의 저작권은 ECK북스에 있습니다.
* 출판사와 저자의 사전 허가 없이 이 책의 일부 또는 전부를 복제, 전재, 발췌하면 법적 제재를 받을 수 있습니다.
* 잘못된 책은 구입하신 서점에서 교환해 드립니다.

The 바른 베트남어

저자 | 당람장
감수 | 호앙 티 투이 띠엔

STEP 2

저자의 말

최근 베트남어 학습에 대한 관심과 수요가 폭발적으로 증가하고 있습니다. 그러나 한국인에게 베트남어는 결코 배우기 쉬운 외국어가 아닙니다. 그래서 재미있고 쉽게 배울 수 있는 베트남어 교재를 개발하는 일이 매우 필요한 일이라고 생각합니다.

한국에서 10년 정도 베트남어를 가르치면서 학습자들로부터 베트남어 문법이 어렵다는 이야기를 가장 많이 들었습니다. 그리고 베트남어를 오래 공부한 고급 학습자들도 문법과 문형을 종종 틀리는 것을 보게 됩니다. 학습자들로부터 문법을 따로 공부할 수 있는 책이 있느냐는 질문을 많이 받아 왔고, 또한 많은 학습자들이 베트남어의 비슷비슷한 문법들이 어떻게 다른지 설명하고 있는 책도 구하고 싶어 했습니다.

이 교재에는 8명의 등장인물이 나오는데, 이 중 4명을 베트남인이 아닌 외국인으로 설정하여 베트남에서 직접 겪을 만한 상황을 13가지로 나누어 구성했습니다. 일이나 유학으로 베트남에서 생활하는 외국인이 베트남에서 지내면서 접하게 될 대화와 이에 대한 자세한 도움말을 실었습니다. 또한, 대화가 끝난 후 확장된 대화 연습 공간과 확장 어휘, 발음, 실용적인 베트남 생활 정보를 제공하여, 학습한 것을 실제 생활에서 적극적으로 사용할 수 있도록 했습니다.

그동안 베트남어 문법을 어려워했던 수많은 학생들이 이 책을 통하여 베트남어 문법에 좀 더 쉽게 접근할 수 있었으면 합니다. 또한, 이 책을 공부하면서 학생들이 베트남어를 좀 더 자연스럽고 다양하며, 정확하게 구사할 수 있게 되기를 바랍니다. 더불어 베트남어를 가르치는 교사들 역시 수업을 진행하고 이끌어나가는 데 도움을 받을 수 있었으면 합니다.

이 교재가 보다 좋은 모습을 갖출 수 있도록 도와주신 편집자와 삽화가에게 감사 드립니다. 또한, 베트남어 교육에 관심과 애정을 가지고 교재를 출간해주신 ECK 교육에도 큰 감사를 드립니다.

부디 이 교재가 여러분의 베트남어 학습에 큰 도움이 되기를 바라며, 베트남어 교육의 발전에 새로운 이정표가 될 수 있기를 바랍니다.

저자 당 람 장
Dang Lam Giang

CONTENTS

Bài 01 Tôi nói được một chút tiếng Việt. 베트남어를 조금 말할 수 있어요. ········· 11

Bài 02 Dạo này, công việc của anh thế nào? Có tốt không? 요즘, 일은 어때요? 잘 돼가요? ······ 25

Bài 03 Dạo này, mình có thói quen dậy sớm rồi đi tập thể dục.
요즘, 일찍 일어나서 운동하는 습관이 생겼어요. ································ 39

Bài 04 Nghe nói bác có nhà cho thuê, phải không ạ? 집을 임대한다고 들었는데 맞습니까? ······ 51

Bài 05 Trông anh có vẻ mệt. Anh bị đau ở đâu? 피곤해 보이네요. 어디가 아프신가요? ········· 65

Bài 06 Anh John nói là chủ nhật tuần này sẽ đến nhà chúng ta chơi và ăn cơm.
존이 이번 주 일요일에 우리 집에 놀러 와서 밥을 같이 먹겠다고 말했어요. ·········· 79

복습하기 (1) ··· 91

Bài 07 Tôi muốn đổi một ít tiền từ đô la sang tiền Việt.
달러를 베트남 돈으로 조금 환전하고 싶습니다. ································ 99

Bài 08 Anh có biết bảo tàng thành phố nằm ở đâu không?
시내 박물관이 어디 있는지 아세요? ··· 113

Bài 09 Chị muốn đặt loại phòng nào, phòng đơn hay phòng đôi?
1인실 아니면 2인실, 어떤 종류의 방을 예약하고 싶으세요? ··········· 127

Bài 10 Nếu muốn nói giỏi tiếng Việt hơn nữa thì mình phải làm thế nào?
베트남어를 잘 말하려면 어떻게 해야 하나요? ································ 141

Bài 11 Có áo dài truyền thống và áo dài cách tân. Em muốn chọn loại nào?
전통 아오자이와 개량 아오자이가 있어요. 어떤 것을 선택할래요? ······ 153

Bài 12 Tết là một trong những ngày lễ lớn nhất ở Việt Nam.
설날은 베트남의 가장 큰 명절 가운데 하나예요. ······························ 165

Bài 13 Tôi vẫn chưa quen với cuộc sống ở Việt Nam.
저는 베트남 생활에 아직 익숙해지지 않았어요. ································ 177

복습하기 (2) ··· 189

부록

정답 : 문법 테스트, 연습문제, 복습 ··· 195

세부 학습내용

단원	제목
Bài 01	Tôi nói được một chút tiếng Việt. 베트남어를 조금 말할 수 있어요.
Bài 02	Dạo này, công việc của anh thế nào? Có tốt không? 요즘, 일은 어때요? 잘 돼가요?
Bài 03	Dạo này, mình có thói quen dậy sớm rồi đi tập thể dục. 요즘, 일찍 일어나서 운동하는 습관이 생겼어요.
Bài 04	Nghe nói bác có nhà cho thuê, phải không ạ? 집을 임대한다고 들었는데 맞습니까?
Bài 05	Trông anh có vẻ mệt. Anh bị đau ở đâu? 피곤해 보이네요. 어디가 아프신가요?
Bài 06	Anh John nói là chủ nhật tuần này sẽ đến nhà chúng ta chơi và ăn cơm. 존이 이번 주 일요일에 우리 집에 놀러 와서 밥을 같이 먹겠다고 말했어요.
Bài 07	Tôi muốn đổi một ít tiền từ đô la sang tiền Việt. 달러를 베트남 돈으로 조금 환전하고 싶습니다.
Bài 08	Anh có biết bảo tàng thành phố nằm ở đâu không? 시내 박물관이 어디 있는지 아세요?
Bài 09	Chị muốn đặt loại phòng nào, phòng đơn hay phòng đôi? 1인실 아니면 2인실, 어떤 종류의 방을 예약하고 싶으세요?
Bài 10	Nếu muốn nói giỏi tiếng Việt hơn nữa thì mình phải làm thế nào? 베트남어를 잘 말하려면 어떻게 해야 하나요?
Bài 11	Có áo dài truyền thống và áo dài cách tân. Em muốn chọn loại nào? 전통 아오자이와 개량 아오자이가 있어요. 어떤 것을 선택할래요?
Bài 12	Tết là một trong những ngày lễ lớn nhất ở Việt Nam. 설날은 베트남의 가장 큰 명절 가운데 하나예요.
Bài 13	Tôi vẫn chưa quen với cuộc sống ở Việt Nam. 저는 베트남 생활에 아직 익숙해지지 않았어요.

문법		표현 넓히기	주요 단어
① biết: ~을/를 알다, ~할 줄 알다 ③ bao lâu: 얼마나, 얼마 동안	② được: ~할 수 있다 ④ 시간 부사: mới, vừa, vừa mới	• 인사 • 자기소개 길게 하기	• 인사 및 소개
① 의문사 thế nào: ~ 어때요? ③ 빈도부사	② phải + 동사: ~아/어야 하다 ④ 가정법: ước gì + 동사: ~었/았으면 좋겠다	• 직업 묻기 • 일에 대한 근황 묻기	• 상태를 나타내는 형용사 • 직업과 업무 · 회사
① 접속사 hoặc: ~(이)나/거나 ③ có thói quen: 습관이 있다/습관을 가지다	② 비교급(동등·열등·우등 비교), 최상급 ④ vừa A vừa B: A하면서 B하다	• 취미 묻고 답하기	• 취미 & 운동
① Nghe nói (rằng, là): ~한다면서요/~라고 들었어요 ② cho의 용법 ③ không những A mà còn B: A뿐만 아니라 B도 ④ 명사 + nào cũng được: ~든지 괜찮다(뭐든 상관 없다)		• 집 구하기	• 주거 형태 및 집의 구성 • 집 구하기
① trông + 사람 + có vẻ + 형용사: ~가 …해 보이다 ③ 부정 명령문: đừng / không được	② 수동표현: bị, được, do ④ 가정법: nếu ~ thì …: ~라면 …일/할 텐데	• 병원 진료	• 신체 · 질병 · 약
① 간접 화법 ③ mời + 주어(2인칭) + 동사	② vì + 원인 + nên + 결과: ~해서 …하다 ④ bằng: ~(으)로 (수단, 방법, 재료)	• 초대	• 손님 초대
① từ A sang/ra B: A에서 B(으)로 ③ càng ~ càng …: ~할수록 점점 더 …하다	② 정중하게 부탁하는 표현: vui lòng, xin hãy ④ so với 비교 대상 thì 주어 ~ hơn: 비교대상에 비해 주어가 더 ~하다	• 은행	• 화폐 · 은행 · 은행 업무
① không ~ lắm: 별로 ~하지 않다 ③ thì còn gì bằng: 더할 나위가 없다	② thay vì: ~ 대신에 ④ 이동 동사	• 길 묻고 답하기	• 교통 · 위치 · 장소
① đang: ~하는 중이다, ~하고 있다 ③ ngay khi: ~하자마자	② chưa từng: ~한 적이 없다 ④ trên đường: ~는 길에	• 호텔 · 여행 예약	• 숙박 · 여행
① suýt: ~할 뻔하다 ③ đã ~ lại còn …: ~(하)는 데다가 …하다	② lo rằng: ~할까 봐 ④ theo ~ thì …: ~하기에는/하기로는 …하다	• 교실	• 학교 · 학교 생활 • 학교 행사
① đang định + 동사: ~려던 참이다 ③ đang nghĩ xem có nên ~ hay không: ~할까 말까 생각 중이다 ④ 명사 + chính là: ~(이)야말로	② chẳng phải là ~ còn gì: ~ 잖아요	• 옷과 액세서리 착용	• 옷 · 패션 잡화
① chỉ + 동사/형용사/명사 + thôi: 단지 ~ㄹ 뿐이다/~뿐이다 ② coi như là: ~인/한 셈이다 ③ một trong những + 복수 명사: ~ 중 하나 ④ chúc mừng: 축하하다		• 명절	• 베트남의 명절과 축제
① trở nên + 형용사: ~아/어지다 ③ mất + 시간/돈 등 + để + 동사: ~하는 데 (시간/돈 등)이 걸리다/들다 ④ đáng + 동사: ~ (으)ㄹ 만하다	② quen với: ~에 익숙해지다	• 일상	• 기본 재료와 조리법 • 기후와 날씨

이 책의 구성과 특징

『The 바른 베트남어 Step 2』는 다양한 어휘와 표현 학습에 초점을 맞춘 중급 학습서로서, 다음과 같이 구성되었습니다.

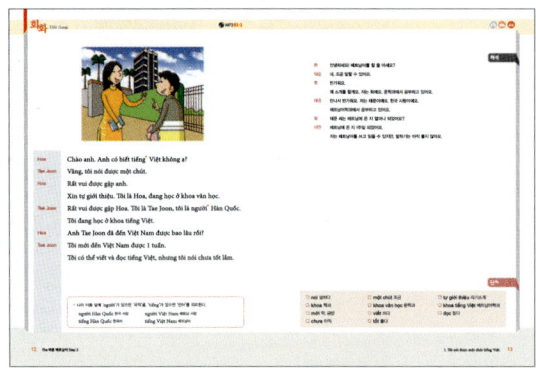

회화

베트남 현지에서 겪을 수 있는 다양한 상황별 대화를 생생한 문장과 표현으로 학습합니다. MP3 파일을 반복하여 듣고 따라 말하는 훈련을 해 보세요.

문법

대화문에 등장하는 유용한 문법 사항들을 학습합니다. 매 문법마다 배운 내용을 바로 적용해 문제를 풀어 볼 수 있도록 '문법 테스트'를 제공합니다.

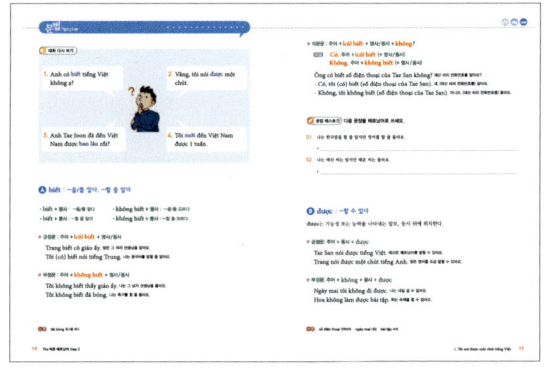

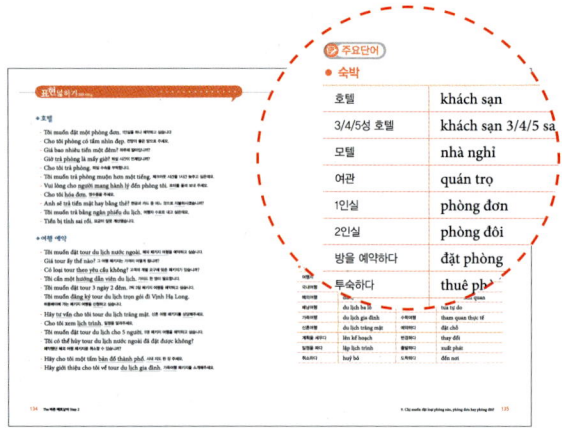

표현 넓히기

회화 내용을 확장하여, 주제와 관련된 다양한 표현과 어휘들을 학습합니다. 주요단어 들은 MP3 파일을 제공합니다.

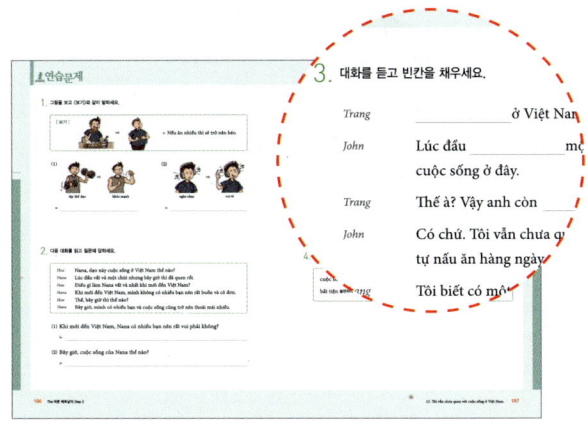

연습문제

말하기, 듣기, 쓰기, 읽기 등 다양한 형식의 문제 풀이 훈련을 통해 학습을 정리하고 마무리합니다.

베트남 알아보기

베트남의 전통, 문화, 생활, 관광 등에 관한 다양한 정보를 제공합니다. 원어민 저자가 들려주는 생생한 베트남 이야기를 읽는 재미가 쏠쏠합니다.

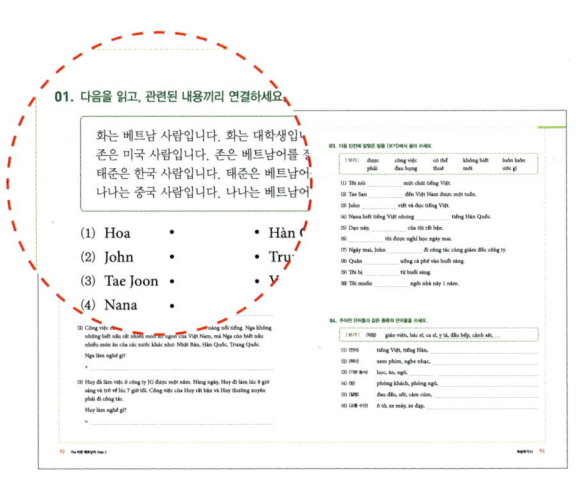

복습하기

1~6과, 7~13과 학습이 끝나면 복습용 문제가 제공됩니다. 매 과에서 배운 문법과 어휘들을 종합하여 정리하고 복습하세요.

교재 속 등장인물

Hoa 화
(베트남 하노이 출신/22세/대학생)
하노이 국립대학교에서 문학을 전공하고 있음. 사교성이 좋아 친구들이 많음

Tae Joon 태준
(한국인/22세/유학생/화의 친구)
하노이 국립대학교에서 베트남어를 배우고 있음

Hiền 히엔
(화의 엄마/48세/교사)

Quân 꾸언
(화의 아빠/50세/의사)

Trang 장
(베트남 하노이 출신/26세/회사원)
화의 언니, 한국 회사에서 근무하고 있음

Tae San 태산
(한국인/28세/회사원)
장의 남편이자 존의 회사 동료

Nana 나나
(중국인/26세/유학생/화와 태준의 친구)

John 존
(미국인/28세/회사원/태산의 회사 동료)

Bài 01

Tôi nói được một chút tiếng Việt.

베트남어를 조금 말할 수 있어요.

학습내용

- **biết**: ~을/를 알다, ~할 줄 알다
- **được**: ~할 수 있다
- **bao lâu**: 얼마나, 얼마 동안
- 시간 부사: mới, vừa, vừa mới

 Hội thoại

Hoa	Chào anh. Anh có biết tiếng* Việt không ạ?
Tae Joon	Vâng, tôi nói được một chút.
Hoa	Rất vui được gặp anh.
	Xin tự giới thiệu. Tôi là Hoa, đang học ở khoa văn học.
Tae Joon	Rất vui được gặp Hoa. Tôi là Tae Joon, tôi là người* Hàn Quốc.
	Tôi đang học ở khoa tiếng Việt.
Hoa	Anh Tae Joon đã đến Việt Nam được bao lâu rồi?
Tae Joon	Tôi mới đến Việt Nam được 1 tuần.
	Tôi có thể viết và đọc tiếng Việt, nhưng tôi nói chưa tốt lắm.

* 나라 이름 앞에 'người'가 있으면 '국적'을, 'tiếng'가 있으면 '언어'를 의미한다.

người Hàn Quốc 한국 사람   người Việt Nam 베트남 사람
tiếng Hàn Quốc 한국어   tiếng Việt Nam 베트남어

해석

화	안녕하세요! 베트남어를 할 줄 아세요?
태준	네, 조금 말할 수 있어요.
화	반가워요.
	제 소개를 할게요. 저는 화예요. 문학과에서 공부하고 있어요.
태준	만나서 반가워요. 저는 태준이에요. 한국 사람이에요.
	베트남어학과에서 공부하고 있어요.
화	태준 씨는 베트남에 온 지 얼마나 되었어요?
태준	베트남에 온 지 1주일 되었어요.
	저는 베트남어를 쓰고 읽을 수 있지만, 말하기는 아직 좋지 않아요.

단어

- ☐ nói 말하다
- ☐ một chút 조금
- ☐ tự giới thiệu 자기소개
- ☐ khoa 학과
- ☐ khoa văn học 문학과
- ☐ khoa tiếng Việt 베트남어학과
- ☐ mới 막, 금방
- ☐ viết 쓰다
- ☐ đọc 읽다
- ☐ chưa 아직
- ☐ tốt 좋다

문법 Ngữ pháp

▶ 대화 다시 보기

1. Anh có biết tiếng Việt không ạ?

2. Vâng, tôi nói được một chút.

3. Anh Tae Joon đã đến Việt Nam được bao lâu rồi?

4. Tôi mới đến Việt Nam được 1 tuần.

A biết : ~을/를 알다, ~할 줄 알다

- biết + 명사 : ~을/를 알다
- biết + 동사 : ~할 줄 알다
- không biết + 명사 : ~을/를 모르다
- không biết + 동사 : ~할 줄 모르다

☑ 긍정문 : 주어 + (có) biết + 명사/동사

  Trang biết cô giáo ấy. 짱은 그 여자 선생님을 알아요.
  Tôi (có) biết nói tiếng Trung. 나는 중국어를 말할 줄 알아요.

☑ 부정문 : 주어 + không biết + 명사/동사

  Tôi không biết thầy giáo ấy. 나는 그 남자 선생님을 몰라요.
  Tôi không biết đá bóng. 나는 축구를 할 줄 몰라요.

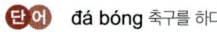 đá bóng 축구를 하다

☑ **의문문 : 주어 + (có) biết + 명사/동사 + không?**

> **대답** Có, 주어 + (có) biết (+ 명사/동사)
> Không, 주어 + không biết (+ 명사/동사)

Ông có biết số điện thoại của Tae San không? 태산 씨의 전화번호를 알아요?
- Có, tôi (có) biết (số điện thoại của Tae San). 네, (태산 씨의 전화번호를) 알아요.
- Không, tôi không biết (số điện thoại của Tae San). 아니요, (태산 씨의 전화번호를) 몰라요.

✏️ **문법 테스트 ①** 다음 문장을 베트남어로 쓰세요.

01 나는 한국말을 할 줄 알지만 영어를 할 줄 몰라요.

▶ _____

02 나는 태산 씨는 알지만 태준 씨는 몰라요.

▶ _____

B được : ~할 수 있다

được는 가능성 또는 능력을 나타내는 말로, 동사 뒤에 위치한다.

☑ **긍정문: 주어 + 동사 + được**

Tae San nói được tiếng Việt. 태산은 베트남어를 말할 수 있어요.
Trang nói được một chút tiếng Anh. 장은 영어를 조금 말할 수 있어요.

☑ **부정문: 주어 + không + 동사 + được**

Ngày mai tôi không đi được. 나는 내일 갈 수 없어요.
Hoa không làm được bài tập. 화는 숙제를 할 수 없어요.

단어 số điện thoại 전화번호 ngày mai 내일 bài tập 숙제

문법 Giải thích ngữ pháp

의문문 : 주어 + 동사 + 목적어 + được không?
　　　　　주어 + 동사 + được + 목적어 + không?

Ngày mai, anh đi công tác cùng tôi được không? 내일 나와 함께 출장 갈 수 있어요?
Trang có ăn được món Hàn Quốc không? 장은 한국 음식을 먹을 수 있어요?

> **Tip**
> được와 같은 의미로 có thể라는 표현이 있다. có thể는 동사 앞에 위치하며, được과 함께 쓰여 'có thể + 동사 + được'의 형태로 쓰이기도 한다.
>
> Tôi nói được tiếng Việt. = Tôi có thể nói tiếng Việt. = Tôi có thể nói được tiếng Việt.
> 나는 베트남어를 말할 수 있어요.
>
> Trang không ăn Kim chi cay được. = Trang không thể ăn Kim chi cay.
> = Trang không thể ăn Kim chi cay được.
> 장은 매운 김치를 먹을 수 없어요.

> **주의**
> được는 동사 뒤에 위치하면 '~할 수 있다'라는 의미이지만, 동사 앞에 위치하면 '~하게 되다'라는 의미가 된다.
>
> Tôi đi được. 나는 갈 수 있다.
> Tôi được đi. 나는 가게 되었다.

✎ **문법 테스트 ②** 주어진 정보를 이용하여 〈보기〉와 같이 문장을 쓰세요.

| 보기 |
John / 베트남어 / 말할 수 있다
▶ John nói được tiếng Việt. / John có thể nói tiếng Việt.
　 John có thể nói được tiếng Việt.

01 Nana / 영어책 / 읽을 수 있다

　▶ _____

02 Trang / 중국 음식 / 요리할 수 있다

　▶ _____

단어　công tác 출장　ăn 먹다

ⓒ bao lâu : 얼마나, 얼마 동안

bao lâu는 시간을 묻는 의문사이다. 과거를 나타내는 **đã**, 미래를 나타내는 **sẽ**를 함께 써서 시제를 나타낼 수 있다. 과거는 문장 끝에 완료를 나타내는 **rồi**를 함께 쓸 수 있으며, 미래는 문장 끝에 '더'의 의미인 **nữa**를 함께 쓸 수 있다.

- **과거** 의문문 : 주어 + đã + 동사 + 목적어 + bao lâu (rồi)?

   대답 (주어 + đã + 동사 + 목적어) + 시간 (rồi)

- **미래** 의문문 : 주어 + sẽ + 동사 + 목적어 + bao lâu (nữa)?

   대답 (주어 + sẽ + 동사 + 목적어) + 시간 (nữa)

A: Anh đã học tiếng Việt bao lâu rồi? 베트남어를 배운 지 얼마나 되었나요?
B: (Tôi đã học tiếng Việt) 8 tháng rồi. (베트남어를 배운 지) 8개월 되었어요.

A: Em đã kết hôn bao lâu rồi? 결혼한 지 얼마나 되었나요?
B: (Em đã kết hôn) 1 năm rồi. 1년 되었어요.

A: Chị Trang sẽ sống ở Hàn Quốc bao lâu nữa? 짱은 한국에 얼마나 더 살 거예요?
B: (Tôi sẽ sống ở Hàn Quốc) 2 năm nữa. 한국에 2년 더 살 거예요.

> **주의**
>
> bao lâu, bao nhiêu, bao xa의 쓰임을 정확히 구별하자.
> - **bao lâu** : 시간이나 기간, 과정을 물어볼 때 사용하는 의문사
> - **bao nhiêu** : 가격을 물어볼 때 사용하는 의문사
> - **bao xa** : 거리, 간격을 물어볼 때 사용하는 의문사
>
> Đi máy bay từ Hàn Quốc đến Việt Nam mất **bao lâu**? 한국에서 베트남까지 비행기로 가면 얼마나 걸려요?
> Cái này **bao nhiêu** tiền? 이것은 얼마입니까?
> Từ nhà đến trường **bao xa**? 집에서 학교까지 얼마나 멀어요?

단어 học 배우다 kết hôn 결혼하다

문법 테스트 ③ 주어진 정보를 이용하여 <보기>와 같이 답하세요.

| 보기 | 베트남 / 2년 | A: Anh đã ở Việt Nam bao lâu?
B: Tôi đã ở Việt Nam được 2 năm.

01 중국어 / 2달 A: Anh đã học tiếng Trung Quốc bao lâu?
               B: _____

02 출장 / 1주일 A: Anh sẽ đi công tác bao lâu?
               B: _____

D 시간 부사 : mới, vừa, vừa mới

mới는 '새롭다', vừa는 '알맞다', '적당하다'의 의미이지만, 동사 앞에 쓰이면 '막', '조금 전에', '방금 전에'라는 의미의 근접 과거를 나타내는 표현이 된다. vừa mới도 같은 표현이다.

▷ 주어 + mới / vừa / vừa mới + 동사

Tôi mới học tiếng Việt được 1 tháng. 나는 베트남어를 배운 지 1달 되었어요.
Tôi vừa uống cà phê. 나는 조금 전에 커피를 마셨어요.
Tae San vừa mới mua quyển sách tiếng Việt. 태산 씨는 방금 전에 베트남어책을 샀어요.

문법 테스트 ④ 다음 문장을 베트남어로 쓰세요.

01 태산 씨는 조금 전에 집에 들어갔어요.

   ▶ _____

02 태산 씨는 베트남에 온 지 1주일 되었어요.

   ▶ _____

단어 uống 마시다 cà phê 커피 mua 사다 quyển sách 책

표현넓히기 Mở rộng

➜ 인사

• **처음 만났을 때**

"안녕하세요"라는 뜻의 "Chào anh(chị, em, …)." anh: 나보다 나이가 많은 남자, chị: 나보다 나이가 많은 여자, em: 나보다 나이가 적은 사람(남녀 구별 없음), "Xin chào." 외에 "Rất vui được gặp anh.", "Rất vui được làm quen với anh.", "Hân hạnh được gặp anh.", "Rất hân hạnh được làm quen với anh.", "Rất hân hạnh được biết anh.", "Thật vinh dự khi được gặp anh." 등이 있다. 모두 "만나서 반갑습니다"라는 의미이다.

• **오랜만에 만났을 때**

"오랜만이에요"라는 뜻의 "Lâu lắm rồi không gặp anh."와 비슷한 표현으로, "Lâu rồi không gặp anh.", "Lâu quá không gặp anh.", "Đã lâu không gặp anh.", "Lâu lắm không gặp anh.", "Lâu lắm rồi mới nhìn thấy anh.", "Lâu lắm rồi mới thấy anh.", "Lâu quá không gặp nhỉ." 등이 있다. 모두 "오랫동안 만나지 못했네요"라는 뜻이다.

그 외에 상대방을 오랜만에 만났을 때 다음과 같은 표현을 사용할 수 있다.

- Thời gian qua, anh(chị, ông, …) thế nào? 그동안 어떻게 지내셨어요?
- Thời gian qua, anh(chị, ông, …) vẫn khỏe chứ ạ? 그동안 잘 지내셨나요?
- Không có việc gì đặc biệt chứ ạ? 별일 없으세요?
- Đã một năm kể từ khi chúng ta gặp nhau. 지난번에 만난 이후 벌써 1년이 되었군요.
- Thời gian trôi nhanh quá. 세월이 참 빠르네요.

> **Tip**
>
> 베트남 사람들은 보통 이름을 부를 때, 성(họ)을 빼고 이름을 부른다. 그러나 공식석상이나 정중한 자리에서 호명을 할 때에는 이름 전체를 부른다. 이름 앞에는 나이와 성별에 따라 anh(오빠, 형), chị(언니, 누나), em(동생), cô(이모, 고모), cậu(삼촌), ông(할아버지), bà(할머니) 등과 같은 호칭을 붙인다. 직장에서는 직급이나 직책을 활용하여 인사하기도 한다.
>
> 이름 : Đặng(성) Ngọc(중간 이름) Sơn(이름) 당 응옥 선
>
> Rất vui được làm quen với anh Sơn. 선 씨, 만나서 반갑습니다
> Hân hạnh được gặp ông Đặng Ngọc Sơn. 당 응옥 선님, 만나서 반갑습니다.
> Rất vui được gặp giám đốc Sơn. 선 사장님, 만나서 반갑습니다.
> Hân hạnh được gặp giám đốc Đặng Ngọc Sơn. 당 응옥 선 사장님, 만나서 반갑습니다.

표현 넓히기 *Mở rộng*

• **헤어질 때**

"**Tạm biệt.**"(안녕히 가세요), "**Hẹn gặp lại.**"(또 만나요) 외에 헤어질 때 쓸 수 있는 인사말에는 다음과 같은 말들이 있다.

- **Anh(ông, chị, …) về nhé.** 들어 가세요.
- **Anh(ông, chị, …) đi cẩn thận.** 조심해서 가세요.
- **Mong rằng chúng ta sẽ gặp lại nhau.** 다시 만날 수 있기를 바랍니다.
- **Hẹn gặp anh(ông, bà, …) vào một ngày gần đây.** 가까운 날에 다시 만나길 기원합니다.

➜ 자기소개 길게 하기

Step 1에서 배운 자기소개 기초 문장을 접속사를 사용하여 긴 문장으로 만들 수 있다. 순접의 경우 **và** '그리고', **cũng như** '도', '또한'을 사용하고, 역접의 경우 **nhưng** '~지만', **tuy nhiên** '~는데'를 사용한다.

1. Tôi 25 tuổi. Tôi chưa kết hôn. Tôi chưa có người yêu.
   ▸ Tôi 25 tuổi **và** tôi chưa kết hôn **cũng như** chưa có người yêu.
   저는 25살이고 아직 결혼하지 않았으며 애인도 아직 없습니다.

2. Tôi mới đến Việt Nam được 1 tuần. Tôi biết một chút tiếng Việt. Tôi nói chưa tốt lắm.
   ▸ Tôi mới đến Việt Nam được 1 tuần **và** tôi biết một chút tiếng Việt **nhưng** (tôi) nói chưa tốt lắm.
   저는 베트남에 온 지 1주일 되었고 베트남어를 조금 할 줄 알지만 말은 아직 못합니다.

주요단어 MP3 01-2

● 인사 및 소개

이름	tên	말을 걸다	mở lời
가족	gia đình	안부를 전하다	gửi lời hỏi thăm
국적	quốc tịch	소개하다	giới thiệu
성격	tính cách	반갑다	vui, vui mừng
성별	giới tính	낯설다	lạ mặt
나이/연세	tuổi	친하다	thân, thân thiết
연락처	số liên lạc	새로 오다	mới đến
동기	cùng kỳ	오랜만에	lâu lắm
새내기	người mới	연락하다	liên lạc
신입사원	nhân viên mới	뵈다	gặp mặt
신입생	học sinh mới	영광이다	vinh dự
안부	hỏi thăm	지내다	sống
명함	danh thiếp	인사하다	chào hỏi
친구를 사귀다	kết bạn	악수하다	bắt tay

연습문제

1. MP3 파일을 들으며 따라 읽기 연습을 하세요.　　　　　MP3 **01-3**

(1)

Xin chào. Tôi tên là John, tôi là người Mỹ. Tôi là nhân viên công ty. Bây giờ tôi đang học tiếng Việt ở khoa tiếng Việt trường đại học Quốc gia Hà Nội. Tôi mới đến Việt Nam được 1 tháng. Tôi có thể nói được một chút tiếng Việt.

(2)

Tae San là người Hàn Quốc. Năm nay, anh ấy 28 tuổi. Anh ấy đã đến Việt Nam được 1 năm. Tae San đến Việt Nam để làm việc. Trước khi đến Việt Nam, anh ấy đã học tiếng Việt được 6 tháng ở Hàn Quốc.

(3)

Nana là người Trung Quốc. Cô ấy đến Việt Nam để học tiếng Việt. Cô ấy đang học tiếng Việt ở trường đại học Quốc gia Hà Nội. Cô ấy có thể nói và viết tiếng Việt rất tốt.

2. 다음 글을 참고하여 자기소개를 쓰세요. (5문장 이상)

> Tôi tên là Tae San.
> Tên tiếng Việt của tôi là Thái Sơn.
> Tôi biết một chút tiếng Việt và tiếng Anh.
> Tôi đã học tiếng Việt được khoảng 6 tháng.
> Tôi có thể viết và đọc tiếng Việt nhưng tôi nói chưa tốt lắm.
> Bây giờ, tôi đang làm việc ở công ty JG.

---

3. 대화를 듣고, 대화의 내용과 일치하면 O, 일치하지 않으면 X 표시하세요.   🎧 MP3 **01-4**

(1) Tae San là người Trung Quốc. (   )

(2) Tae San là nhân viên mới. (   )

(3) Tae San nói tiếng Việt không giỏi. (   )

베트남 알아보기

• 베트남의 기본 정보 •

국명 : 베트남 사회주의 공화국
　　　(Socialist Republic of Vietnam,
　　　 Nước Cộng hòa Xã hội Chủ nghĩa Việt Nam)

독립일 : 1945년 9월 2일

위치 : 동남아시아의 중심부에 위치하며, 북쪽은 중국,
　　　서쪽은 라오스-캄보디아와 접해 있음.

면적 : 331.698km²(한반도의 약 1.5배)
　　　남북 1,700Km, 해안선 3,200Km, 경지면적 23%

인구 : 약 9,819만 명 (2021년 7월 기준)

수도 : 하노이(Hà Nội, 인구 약 800만 명)

지형 : S자형

국기

국장

종족 구성 : 베킨족(82.6%)외 53개의 소수 종족이 있음.

시차 : 한국 표준시보다 2시간 늦음(GMT + 07:00)

언어 : 베트남어(tiếng Việt)

기후 : 북부는 아열대 기후(봄, 여름, 가을, 겨울), 남부는 열대몬순 기후(우기 5월~10월, 건기 11월~4월)

행정구역 : 59개 성으로 이루어져 있으며, 수도인 하노이 Hà Nội를 포함하여 호치민 Hồ Chí Minh, 하이퐁 Hải Phòng, 다낭 Đà Nẵng, 껀터 Cần Thơ는 성과 같은 급의 5개 중앙 직할시임.

유명한 음식 : 쌀국수(phở)

화폐 단위 : 베트남동(Vietnamese Dong, VND로 표기)

외교 : 189개국과 수교(2020년 기준), 한국과는 1992년 12월 22일에 수교

Bài 02

Dạo này, công việc của anh thế nào? Có tốt không?

요즘, 일은 어때요? 잘 돼가요?

학습내용

- 의문사 thế nào: ~어때요?
- phải + 동사: ~아/어야 하다
- 빈도부사
- 가정법: ước gì + 동사: ~었/았으면 좋겠다

Trang	Dạo này, công việc của anh thế nào? Có tốt không?
John	Cũng bình thường. Nhưng dạo này tôi thường xuyên phải đi công tác.
Trang	Vậy à? Anh thường đi công tác ở đâu? Ở trong nước hay nước ngoài?
John	Tôi thường đi công tác nước ngoài. Tuần sau, tôi phải đi Nhật Bản khoảng 3 ngày.
Trang	Ôi, thích quá! Ước gì tôi cũng được đi công tác nước ngoài như anh.
John	Ha ha. Đi công tác vất vả lắm! Còn Trang, dạo này công việc có tốt không?
Trang	Dạo này, công việc của tôi rất bận. Cả ngày thứ 2, tôi phải họp. Từ thứ 3 đến thứ 4, tôi phải điều tra thị trường. Thứ 5 tôi phải gặp khách hàng, còn thứ 6 tôi phải viết báo cáo rồi nộp cho trưởng phòng.

해석

장	요즘, 일은 어때요? 잘 돼가요?
존	저는 그럭저럭 지내고 있어요. 그런데 요즘은 출장을 자주 가야 해요.
장	그래요? 보통 어디로 가요? 국내, 아니면 외국으로 가요?
존	저는 보통 외국으로 출장을 가요. 다음 주에, 3일 정도 일본에 출장을 가야 해요.
장	우와, 좋겠네요! 저도 존 씨처럼 자주 외국으로 출장을 갔으면 좋겠어요.
존	하하. 출장 가는 건 많이 힘들어요. 그런데 장은 요즘 일이 잘 돼가요?
장	요즘 일이 너무 바쁘네요. 월요일에는 하루 종일 회의를 해야 해요. 화요일부터 수요일까지는 시장 조사를 해야 해요. 목요일에는 고객들을 만나야 하고, 금요일에는 보고서를 써서 팀장님께 제출해야 돼요.

단어

- bình thường 보통, 그럭저럭
- nước ngoài 외국
- cả ngày 하루 종일
- điều tra 조사하다
- báo cáo 보고서
- công tác 출장
- khoảng 대략, 약
- họp 회의
- thị trường 시장
- nộp 내다, 제출하다
- trong nước 국내
- vất vả 힘들다
- từ A đến B A부터 B까지
- khách hàng 손님, 고객
- trưởng phòng 팀장

2. Dạo này, công việc của anh thế nào? Có tốt không?

문법 Ngữ pháp

🔊 대화 다시 보기

1. Dạo này, công việc của anh **thế nào**?

2. Cả ngày thứ 2, tôi **phải** họp.

3. Nhưng dạo này tôi **thường xuyên** phải đi công tác.

4. **Ước gì** tôi cũng được đi công tác nước ngoài như anh.

Ⓐ 의문사 thế nào : ~ 어때요?

'~ 어때요?'라고 의견이나 현상, 특징, 성격, 상태, 성질 등을 물을 때 사용한다. thế nào는 항상 문장 끝에 위치한다.

A: Công việc thế nào? 일은 어때요?
B: Công việc bận và vất vả. 일은 바쁘고 힘들어요.

A: Bài thi hôm nay thế nào? 오늘 시험이 어땠어요?
B: Bài thi hôm nay rất khó. 오늘 시험이 어려웠어요.

A: Người Hàn Quốc thế nào? 한국 사람은 어때요?
B: Người Hàn Quốc rất lịch sự. 한국 사람은 아주 예의 발라요.

A: Thời tiết dạo này thế nào? 요즘 날씨가 어때요?
B: Thời tiết dạo này rất nóng. 요즘 날씨가 아주 더워요.

단어 bài thi 시험 thời tiết 날씨

※ 성격, 성질을 나타내는 형용사

lịch sự	예의 바르다	bất lịch sự	무례하다
vui tính	발랄하다	nóng tính	성급하다
khó tính	깐깐하다	dễ tính	온순하다
ngoan cố	완고하다	bướng bỉnh	고집 세다
khiêm tốn	겸손하다	cẩn trọng	꼼꼼하다

thế nào는 '어떻게'의 의미로, 수단이나 방법 등을 물을 때 사용하기도 한다.

▸ 주어 + 동사 + **thế nào**?

  Món này ăn thế nào? 이 음식을 어떻게 먹어요?
  Báo cáo viết thế nào? 보고서를 어떻게 써요?

📝 **문법 테스트 ①** 주어진 정보를 이용하여 〈보기〉와 같이 대화를 만들어 보세요.

| 보기 | công việc / thú vị | A: Công việc thế nào?
B: Công việc thú vị. |

01 đồng nghiệp / thân thiện   A: _____
                                 B: _____

02 giám đốc / khó tính   A: _____
                                 B: _____

⒝ phải + 동사 : ~아/어야 하다

'의무'나 '필요'를 나타내는 표현이다. phải는 동사 앞에 위치한다.

▸ 긍정문 : 주어 + **phải** + 동사

  Tôi phải đi ngay bây giờ. 나는 지금 바로 가야 해요.
  Anh ấy phải làm việc ở công ty. 그는 회사에서 일해야 해요.

문법 Giải thích ngữ pháp

☑ **부정문 : 주어 + không phải + 동사**

Trang **không phải** gặp giám đốc. 짱은 사장님을 만나지 않아도 돼요.
Tôi **không phải** làm việc vào cuối tuần. 나는 주말에 일하지 않아도 돼요.

☑ **의문문 : 주어 + (có) phải + 동사 + không?**

대답 Có, 주어 + (có) phải + 동사
 Không, 주어 + không phải + 동사

Hôm nay, anh **có phải** làm việc **không**? 오늘, 일해야 해요?
- Có, tôi (có) phải làm việc. 네, 일해야 해요.
- Không, tôi không phải làm việc. 아니요, 일하지 않아도 돼요.

당위성 또는 필요 조건을 나타낼 때 다음과 같은 형식으로 말할 수 있다.

☑ **phải + 동사 1 + thì mới + 동사 2 : (동사 1)해야 (동사 2)하다**

Phải biết tiếng Việt **thì mới** có thể sống thoải mái ở Việt Nam được.
베트남어를 알아야 베트남에서 살기가 편하지요.

Phải thường xuyên gặp **thì mới** có tình cảm. 자주 만나야 정이 들어요.
Phải có sức khỏe **thì mới** làm được mọi việc. 건강해야 무슨 일이든지 할 수 있지요.

문법 테스트 ② 주어진 정보를 이용하여 문장을 만들어 보세요.

| 보기 | 그 / 회사 / 일하다 | Anh ấy **phải** làm việc ở công ty. |

01 나 / 서점 / 책 / 사다 _____

02 John / 회사 / 손님 / 만나다 _____

단어 cuối tuần 주말   thoải mái 편하다   có tình cảm 정이 들다   sức khỏe 건강, 건강한

ⓒ 빈도부사

빈도부사는 어떤 일이 얼마나 자주 일어나는지를 나타내는 부사이다.

luôn (luôn luôn)	항상, 언제나
thường xuyên, thường, hay	빈번히, 자주
thỉnh thoảng, thi thoảng, đôi khi, nhiều khi	가끔
ít khi, hiếm khi, hầu như không	거의 ~하지 않다
không bao giờ	절대 ~하지 않다

위 빈도부사 중 luôn, luôn luôn, thường xuyên, thường, hay는 주어 뒤에 위치하며, 나머지는 주어 앞 또는 뒤에 위치할 수 있다.

Tôi **luôn luôn**/**luôn** uống cà phê vào buổi sáng. 나는 항상 아침에 커피를 마셔요.
Tôi **thường xuyên**/**thường**/**hay** đi chơi cùng bạn bè. 나는 친구와 함께 자주 놀러 가요.
Thỉnh thoảng/**Thi thoảng**/**Đôi khi**/**Nhiều khi** tôi thích làm việc một mình.
나는 가끔 혼자 일하고 싶어요.
Tôi **ít khi**/**hiếm khi**/**hầu như không** đi làm muộn. 나는 거의 회사에 늦게 가지 않아요.
Tôi **không bao giờ** uống rượu sau 11 giờ đêm. 나는 밤 11시 이후에 절대 술을 마시지 않아요.

✏️ **문법 테스트 ③** 다음 문장을 베트남어로 쓰세요.

01 나는 항상 바빠요.

▶ _____

02 나는 절대 거짓말을 하지 않아요.

▶ _____

 một mình 혼자   muộn 늦게

ⓓ 가정법 : ước gì + 동사 : ~었/았으면 좋겠다

ước gì 가정법은 아직 이루어지지 않은 일에 대한 소망이나 바람을 나타낸다. 또, 현재 상황과 반대되는 상황을 바라는 마음을 가정해서 이야기할 때도 사용한다. **ước gì**는 동사 앞에 위치하고, 주어의 앞 또는 뒤에 위치할 수 있다.

☑ 과거 : ước gì + đã + 동사

Ước gì ngày hôm qua tôi đã đi học. 내가 어제 학교에 갔으면 좋았을걸.
Ước gì tôi đã không làm như thế. 내가 그렇게 안 했으면 좋았을걸.

☑ 현재 : ước gì + (đang) + 동사

Ước gì tôi đang có người yêu. 나는 지금 애인이 있었으면 좋겠어요.
Ước gì tôi đang sống ở nước ngoài. 현재 외국에서 살았으면 좋겠어요.

☑ 미래 : ước gì + (sẽ) + 동사

Ước gì tôi (sẽ) không phải đi làm ngày mai. 나는 내일 일하러 가지 않았으면 좋겠어요.
Tôi ước gì cuối năm nay (sẽ) có nhiều tiền. 나는 연말에 돈이 많았으면 좋겠어요.

미래의 의미를 나타낼 때 **ngày mai**(내일), **cuối năm nay**(이번 연말)와 같은 미래 시간 부사가 들어가면 '**sẽ**'를 생략해도 된다.

※ **ước gì** 대신에 **giá mà**를 쓸 수 있다. 단, **giá mà**는 항상 문장 맨 앞에 위치한다.

Ước gì tôi đã không làm như thế. 내가 그렇게 안 했으면 좋았을걸.
= Tôi **ước gì** đã không làm như thế.
= **Giá mà** tôi đã không làm như thế.

문법 테스트 ④ 다음 문장을 베트남어로 쓰세요.

01 내 여자친구가 내 옆에 있었으면 좋겠어요.
▶ _____

02 어머니의 말을 들었으면 좋았을걸.
▶ _____

단어 như thế 그렇게   người yêu 애인   cuối năm nay 연말

표현 넓히기 Mở rộng

➤ 직업 묻기

- Anh(chị, em, …) làm nghề gì? 직업이 뭐예요?
- Anh(chị, em, …) làm gì? 무슨 일을 하세요?
- Nghề nghiệp của anh(chị, em, …) là gì? 직업이 무엇입니까?
- Anh(chị, ông, …) làm (việc) ở đâu? 어디에서 일하십니까?

  대답 주어 + làm + 직업 + ở + 장소

  A: Anh làm việc ở đâu? 어디에서 일합니까?
  B: Tôi làm bác sĩ ở bệnh viện Việt Đức. 비엣득 병원에서 의사로 일합니다.

  A: Chị làm ở đâu? 어디에서 일합니까?
  B: Tôi làm giảng viên ở trường đại học Quốc gia. 국립 대학교에서 강사로 일합니다.

➤ 일에 대한 근황 묻기

- Dạo này, công việc của anh thế nào? 요즘, 일은 어때요?
- Công việc + (có) + 형용사 + không? 일은 ~합니까?
- Công việc có tốt/bận/ổn không? 일은 좋습니까/바쁩니까/괜찮습니까?

  대답

Công việc của tôi	bình thường. vẫn tốt. không tốt lắm. không ổn lắm. không thuận lợi lắm. rất suôn sẻ. rất bận. rất vất vả. rất thú vị.	보통이에요. 여전히 좋아요. 별로 안 좋아요. 안 괜찮아요. 잘 안 돼요. 아주 잘 돼요. 아주 바빠요. 아주 힘들어요. 아주 재미있어요.

표현 넓히기 Mở rộng

주요단어

● 상태를 나타내는 형용사

좋다	tốt	어렵다	khó khăn
재미있다	thú vị	순조롭다	thuận lợi
힘들다	vất vả	괜찮다	ổn
바쁘다	bận/bận rộn	스트레스 받다, 골치 아프다	căng thẳng
형통하다	suôn sẻ	지루하다	chán/tẻ nhạt

● 직업과 업무

교사	giáo viên	가르치다	dạy
학생/대학생	học sinh/sinh viên	공부하다 숙제를 하다	học làm bài tập
의사	bác sĩ	진찰하다 수술을 하다	chẩn đoán phẫu thuật
회사원	nhân viên công ty	일하다 출장 가다	làm việc đi công tác
요리사	đầu bếp	요리하다 음식을 만들다	nấu ăn làm món ăn
화가	họa sĩ	그림을 그리다	vẽ tranh
경찰	cảnh sát	도둑을 잡다	bắt trộm
소방관	lính cứu hỏa	불을 끄다 구조하다	dập lửa cứu hộ
작가	tác giả	소설을 쓰다 창작하다	viết tiểu thuyết sáng tác
기사	lái xe	운전하다	lái
가수	ca sĩ	노래하다	hát
배우	diễn viên	연기하다	đóng phim
사진가	thợ chụp ảnh	사진을 찍다	chụp ảnh

● 회사

직장	công sở	그룹	tập đoàn
근무 시간	thời gian làm việc	출장 가다	công tác
무역회사	công ty thương mại	채용하다	tuyển dụng
유한책임회사	công ty trách nhiệm hữu hạn	본사	trụ sở chính
직원	nhân viên	지사	chi nhánh
담당자	người chịu trách nhiệm	보너스	tiền thưởng
사무실	văn phòng	보고서	báo cáo
승진	thăng chức	대표이사 (General Director)	tổng giám đốc
대기업	doanh nghiệp lớn	부대표 (Deputy General Director)	phó tổng giám đốc
중소기업	doanh nghiệp vừa và nhỏ	사장	giám đốc
동료	đồng nghiệp	부사장	phó giám đốc
회의	họp	팀장	trưởng phòng
회의실	phòng họp	비서	thư ký
야간근무	làm đêm	관리부	bộ phận quản lý
잔업	làm thêm	생산부	bộ phận sản xuất
출근하다	đi làm	월급	lương
퇴근하다	tan sở	기본월급	lương cơ bản
결근하다	nghỉ việc	월급날	ngày nhận lương
퇴사하다	thôi việc	관리자	người quản lý
퇴직하다	về hưu	부서	bộ phận

Tip

베트남에서 주식회사 또는 2인 이상 유한책임회사에는 General Director (Tổng Giám Đốc) 및 Deputy General Director (Phó Tổng Giám Đốc)라는 포지션을 많이 쓴다. Tổng Giám Đốc과 Giám đốc이 같이 있는 회사의 경우 Tổng Giám Đốc는 총괄 운영책임자로써 Giám đốc보다 권한이 더 많으며 높은 포지션이다. 이 경우 Giám đốc는 회사의 어느 부서만 맡는 운영자로 이해할 수 있다.

예를 들면 Giám đốc nhân sự (인사 이사), Giám đốc tài chính (재무이사), Giám đốc kỹ thuật (기술이사), Giám đốc kinh doanh (영업이사) 등으로 쓴다.

연습문제

1. 다음을 읽고, 맞는 내용끼리 연결하세요.

> · 히엔 씨는 국립대학교에서 강사로 일하고 있습니다.
> · 꾸언 씨는 국제 병원에서 의사로 일하고 있습니다.
> · 나나 씨는 중국인 유학생입니다.
> · 흐엉 씨는 주부입니다.
> · 태산 씨는 JG 회사에서 일하고 있습니다.

(1) Hiền   •   • làm nội trợ   •   • ở bệnh viện Quốc tế

(2) Quân   •   • là nhân viên   •   • ở trường Đại học Quốc gia

(3) Nana   •   • là bác sĩ   •   • ở nhà

(4) Hương   •   • đang làm giáo viên   •   • người Trung Quốc

(5) Tae San   •   • là du học sinh   •   • của công ty JG

2. 대화를 듣고, 대화의 내용과 일치하면 O, 일치하지 않으면 X 표시하세요.   MP3 02-3

(1) Trang đang làm việc ở ngân hàng Hàn Quốc.   (   )

(2) Công việc của Trang rất bận.   (   )

(3) John thường phải đi Hàn Quốc công tác.   (   )

3. 다음 글을 참고하여 자신의 직업에 대해 쓰세요.

> Tôi tên là Tae San, tôi đang làm việc ở công ty JG.
> Tôi đã làm việc ở đó được 1 năm.
> Dạo này, công việc của tôi rất bận rộn và vất vả.
> Hàng ngày, tôi đi làm lúc 8 giờ sáng và trở về nhà lúc 9 giờ tối.
> Và tôi cũng thường xuyên phải đi công tác.

_____
_____
_____
_____

4. 다음 표에서 직업명 10개를 찾으세요.

K	Y	S	Ư	Y	T	A	N
D	K	B	A	C	S	I	H
O	C	A	S	I	K	M	A
G	I	A	M	Đ	Ô	C	B
L	U	Â	T	S	Ư	H	A
M	H	L	A	I	X	E	O
C	Ô	N	G	N	H	Â	N
G	N	Ô	I	T	R	Ơ	N

베트남 알아보기

• 베트남과 한국의 역사적, 문화적 유사성 •

한국과 베트남은 역사와 문화 면에서 유사한 점이 많다. 중국과 접해 있는 베트남은 한국과 마찬가지로 중국의 영향 아래 한자와 유교 문화를 깊이 받아들여 오랫동안 보존해 왔다. 19세기에 들어서는 제국주의 국가의 침략을 받게 되었고(한국은 1910년에 일본의 식민지, 베트남은 이보다 52년이 앞선 1858년에 프랑스의 식민지였다.), 남북 분단의 경험도 공유하고 있다. 이 외에도 쌀을 주식으로 하는 식생활, 젓가락 문화, 부모와 조상 또는 스승과 연장자에 대한 예의, 장례식과 결혼식을 중시하는 풍습 등 문화 전반에 걸쳐 유사점들을 찾을 수 있다.

베트남과 한국의 직접적인 접촉은 베트남의 이용상(李龍祥) 왕자가 국내에서의 정변을 피해 고려에 망명 귀화한 1226년으로 거슬러 올라간다. 그는 화산 이씨의 시조가 되어 한국에 정착하였으나, 그 이후로 한국과 베트남의 인적 교류는 거의 없었다. 16~17세기에 이르러서는 조선과 베트남 사신이 몇 차례 중국 북경에서 만나 시문(詩文)을 주고받는 일이 있었다. 그 중에는 조선의 문인 이수광(李睟光, 조선 중기의 문신-학자)과 베트남 사신 풍칵코안(Phùng Khắc Khoan, 베트남 16세기의 문신-학자)의 만남이 가장 두드러진다.

중세에는 양국 모두 중국 문화의 직접적인 영향을 오랫동안 받았고 근대에는 제 2차 세계대전이 끝난 후 양국이 각각 일본과 프랑스라는 제국주의의 통치 기간을 겪으며 혼란스러운 시대를 거치게 되었다. 현대로 들어서며 한국은 한국 전쟁, 베트남은 인도차이나 전쟁으로 나라가 폐허가 되었으며 두 나라는 남북으로 분단되었다. 한국은 아직 남북으로 분단되어 있지만, 베트남은 1975년에 통일되었다[1].

---

[1] 베트남은 1945년 프랑스령 식민지에서 벗어나 독립을 선언, 같은 해 9월에 '베트남 민주공화국'을 발족시켰다. 그러나 프랑스가 베트남의 독립을 반대해 1946년~1954년, 두 나라간에 전쟁이 벌어졌으며(1차 인도차이나 전쟁), 1954년 5월, 프랑스군이 패배하였다. 이후, 제네바 협정에 따라 북위 17선을 경계로 남북이 분단되었다가 1975년에 통일되었다.

Bài 03

Dạo này, mình có thói quen dậy sớm rồi đi tập thể dục.

요즘, 일찍 일어나서 운동하는 습관이 생겼어요.

학습내용

- 접속사 hoặc: ~(이)나/거나
- 비교급(동등·열등·우등 비교), 최상급
- có thói quen: 습관이 있다/습관을 가지다
- vừa A vừa B: A하면서 B하다

 Hội thoại

Hoa	Nana ơi, khi rảnh bạn thường làm gì?
Nana	Mình thường đi xem phim hoặc đi gặp bạn bè.
Hoa	Vậy à? Nana thích loại phim nào?
Nana	Mình thích phim hài hoặc phim lãng mạn. Còn Hoa?
Hoa	Mình thích phim hành động hơn phim hài hoặc phim lãng mạn. Trước đây, mình cũng thường đi xem phim vào cuối tuần, nhưng dạo này mình bỏ thói quen ấy rồi.
Nana	Vậy, dạo này bạn thường làm gì vào cuối tuần?
Hoa	Dạo này, mình có thói quen dậy sớm rồi đi tập thể dục. Sau đó, mình về nhà nghỉ ngơi hoặc vừa ngồi đọc sách vừa nghe nhạc cổ điển.

해석

화   나나야, 넌 한가할 때 보통 뭘 하니?
나나   영화를 보거나 친구를 만나.
화   그래? 어떤 종류의 영화를 좋아해?
나나   코미디 영화나 로맨스 영화를 좋아해. 화는?
화   난 코미디나 로맨스 영화보다 액션 영화를 더 좋아해.
　　예전에는 주말마다 영화를 보러 갔는데, 요즘은 그런 습관을 버렸어.
나나   그럼, 요즘에는 주말에 뭘 하니?
화   요즘은 일찍 일어나서 운동하는 습관이 생겼어.
　　그 다음에는 집에 가서 쉬거나 자리에 앉아 책을 읽으면서 클래식 음악을 들어.

단어

- rảnh 한가하다
- xem phim 영화 보다
- loại 종류
- nào 어떤
- phim hài 코미디 영화
- phim lãng mạn 로맨스 영화
- phim hành động 액션 영화
- trước đây 그전에
- bỏ 버리다
- thói quen 습관
- dậy sớm 일찍 일어나다
- tập thể dục 운동하다
- nghỉ/nghỉ ngơi 쉬다
- nhạc cổ điển 클래식 음악

문법 Ngữ pháp

대화 다시 보기

1. Mình thường đi xem phim hoặc đi gặp bạn bè.

2. Mình thích phim hành động hơn phim hài hoặc phim lãng mạn.

3. Dạo này, mình có thói quen dậy sớm rồi đi tập thể dục.

4. Mình về nhà nghỉ ngơi hoặc vừa ngồi đọc sách vừa nghe nhạc cổ điển.

A 접속사 hoặc : ~(이)나 / ~거나

단어와 단어, 구와 구를 연결하여 둘 중 하나를 선택하는 경우에 사용한다.

Tôi thích thời tiết mùa thu hoặc mùa xuân. 나는 가을이나 봄 날씨를 좋아합니다.
Nana uống cà phê hoặc trà vào buổi sáng. 나나는 아침에 커피나 차를 마십니다.
Nana thường đi xem phim hoặc đi gặp bạn bè vào cuối tuần.
나나는 주말에 영화를 보러 가거나 친구를 만나러 갑니다.

John thích đi câu cá hoặc đi leo núi một mình.
존은 혼자 낚시하러 가거나 등산 가는 것을 좋아합니다.

> **Tip**
> hoặc 대신 hay를 사용할 수 있다.
> Khi rảnh, tôi thường đọc sách hoặc nghe nhạc. 한가할 때, 저는 보통 책을 읽거나 음악을 들어요.
> = Khi rảnh, tôi thường đọc sách hay nghe nhạc.

단어 câu cá 낚시하다   leo núi 등산하다

문법 테스트 ① 주어진 단어를 알맞게 배열하여 문장을 완성하세요.

01 tôi / đi leo núi / thường / đi cắm trại / vào thứ 7 / hoặc

▶ _____

02 hoặc / muốn / John / ở Đà Nẵng / Nha Trang / đi du lịch

▶ _____

B 비교급(동등·열등·우등 비교), 최상급

● **동등 비교**

☑ A + [+ 형용사 / + 동사 + 부사] + bằng/như + B : A는 B만큼 ~하다

두 개를 비교하여 서로 상태가 비슷함을 나타낸다. 비교 대상 앞에 '만큼'이란 의미의 **bằng**, '같은', '처럼'의 의미인 **như**를 쓴다.

Điện thoại này đắt bằng điện thoại của tôi. 이 핸드폰은 내 핸드폰만큼 비싸다.
Cô ấy hát hay như ca sĩ. 그녀는 가수처럼 노래를 잘한다.

> **Tip**
>
> bằng, như가 '서로'라는 의미의 nhau와 결합하여 bằng nhau, như nhau라고 하면 '서로 비슷하게'라는 의미가 된다.
>
> ☑ A và B [+ 형용사 / + 동사 + 부사] + bằng nhau/như nhau : A와 B는 서로 비슷하게 ~하다
>
> **Nhà cô ấy và nhà tôi to bằng nhau.** 그녀의 집과 우리 집은 크기가 비슷하다.
> **Hoa và Nana học giỏi như nhau.** 화와 나나는 비슷하게 공부를 잘한다.
>
> * **như과 bằng의 차이점**
>
> **như**라는 단어의 의미는 '처럼'으로, 특정 단위 또는 숫자로 정확하게 측정하거나 계산할 수 없는 형용사 뒤에 사용한다.
> **Hôm nay trời nóng như hôm qua.** 오늘은 어제처럼 덥다.
>
> **bằng**라는 단어의 의미는 '동등'으로 특정 단위 또는 숫자로 정확하게 측정하거나 계산할 수 있는 형용사 뒤에 사용한다.
> **Cái túi của tôi đắt bằng cái túi của cô ấy.** 내 가방은 그녀의 가방만큼 비싸다.

문법 Giải thích ngữ pháp

● 열등비교

☑ A + không $\begin{bmatrix} + \text{형용사} \\ + \text{동사 + 부사} \end{bmatrix}$ + bằng + B : A는 B만큼 ~하지 않다

Xe đạp của tôi không đắt bằng xe đạp của anh ấy. 제 자전거는 그 오빠의 자전거만큼 비싸지 않아요.
Phòng Nana không rộng bằng phòng Hoa. 나나의 방은 화의 방만큼 넓지 않다.

● 우등 비교

☑ A + $\begin{bmatrix} + \text{형용사} \\ + \text{동사 + 부사} \end{bmatrix}$ + hơn + B : A는 B 보다 더 ~하다

hơn은 '더'라는 뜻으로, 비교 문장에서만 사용한다.

Giày của Nana đắt hơn giày của tôi. 나나의 구두가 내 구두보다 더 비싸다.
Giày của tôi rẻ hơn giày của Nana. 내 구두가 나나의 구두보다 더 싸다.
Hoa học giỏi hơn Nana. 화는 나나보다 공부를 더 잘한다.
Nana học kém hơn Hoa. 나나는 화보다 공부를 못한다.

☑ 주어 + thích + A + hơn + B : B보다 A를 더 좋아하다

Tôi thích phim hành động hơn phim kinh dị. 나는 공포 영화보다 액션 영화를 더 좋아한다.
Tôi thích màu đỏ hơn màu xanh. 나는 파란색보다 빨간색을 더 좋아한다.

● 최상급

☑ A + $\begin{bmatrix} + \text{형용사} \\ + \text{동사 + 부사} \end{bmatrix}$ + nhất : A가 가장 ~하다

형용사나 부사 뒤에 '가장', '제일'의 의미인 nhất을 붙인다.

Hoa hồng đẹp nhất. 장미가 제일 예쁘다.   Hoa học giỏi nhất. 화는 공부를 제일 잘한다.

문법 테스트 ② 다음 정보에 맞게 비교 표현을 사용하여 문장을 완성하세요.

Tên (이름)	Chiều cao (키)
Hoa	158 cm
Tae Joon	180 cm
Nana	158 cm
Trang	162 cm

01 Hoa cao _____ Nana.

02 Tae Joon cao _____ .

03 Trang cao _____ Hoa và Nana.

C có thói quen : 습관이 있다/습관을 가지다

☑ thói quen của + 주어 + là + 동사 / 주어 + có thói quen + 동사 :
   ~하는 습관이 있다/습관을 가지다

thói quen은 '습관'이라는 뜻이다. 상대방의 습관에 대해서 물어볼 때 "Thói quen của anh(chị, em, …) là gì?"(당신의 습관은 뭐예요?) 또는 "Anh có thói quen gì?"(무슨 습관이 있나요?)라고 하며, 대답은 질문에서 의문사 gì의 자리에 습관의 내용을 넣어 답한다.

A: Thói quen của Nana là gì?(=Nana có thói quen gì?) 나나의 습관은 뭐예요?
B: Thói quen của tôi là đọc sách trước khi đi ngủ.
   (=Tôi có thói quen đọc sách trước khi đi ngủ.) 내 습관은 잠을 자기 전에 책을 읽는 거예요.

> **Tip**
> '~ 습관이 있다'고 말할 때, 원래 그런 습관이 있는 경우에는 'có'를 사용하고, 없었는데 새로 생긴 경우에는 'mới có'를 사용한다. 반대로, 원래 그런 습관이 없다면 'không có', 있었다가 없어진 경우에는 'bỏ'나 'từ bỏ' 등을 쓴다.
>
> Tôi có thói quen đọc sách trước khi đi ngủ. 잠을 자기 전에 책을 읽는 습관이 있어요.
> Gần đây, tôi mới có thói quen đọc sách trước khi đi ngủ. 요즘, 잠을 자기 전에 책을 읽는 습관이 생겼어요.
> Tôi không có thói quen đọc sách trước khi đi ngủ. 잠을 자기 전에 책을 읽는 습관이 없어요.
> Tôi đã bỏ thói quen đọc sách trước khi đi ngủ. 잠을 자기 전에 책을 읽던 습관을 버렸어요.

✏️ **문법 테스트 ③** 주어진 정보를 이용하여 〈보기〉와 같이 쓰세요.

| 보기 | tôi / uống cà phê / buổi sáng
         ▶ Tôi có thói quen uống cà phê vào buổi sáng.
         ▶ Tôi không có thói quen uống cà phê vào buổi sáng.

01 Trang / xem ti vi / buổi tối

▶ _____

02 John / đọc sách / trước khi đi ngủ

▶ _____

D vừa A vừa B : A하면서 B하다

두 개의 동작이 동시에 일어나는 것을 나타낸다. 동사 앞에 각각 **vừa**를 쓰며, 문어체에 주로 사용한다.

☑ 주어 + vừa + 동사 1 + vừa + 동사 2

Em trai tôi **vừa** xem ti vi **vừa** ăn cơm. 내 동생은 텔레비전을 보면서 밥을 먹어요.
Nana **vừa** đi học ở trường **vừa** đi làm thêm. 나나는 학교에 다니면서 아르바이트를 해요.

사람이나 사물이 지니고 있는 둘 이상의 비슷한 성질을 묘사할 때도 사용할 수 있다.

☑ 주어 + vừa + 형용사 1 + vừa + 형용사 2

Món ăn này **vừa** rẻ **vừa** ngon. 이 음식은 싸면서 맛도 좋아요.
Anh Tae Joon **vừa** cao **vừa** đẹp trai. 태준 씨는 키가 큰데다가 잘생겼어요.

문법 테스트 ④ 의미에 맞게 문장을 완성하세요.

01 태산 씨는 음악을 들으면서 책을 읽고 있어요.

▶ Tae San vừa _____

02 나나는 노래를 하면서 샤워를 해요.

▶ Nana vừa _____

표현 넓히기 *Mở rộng*

➜ 취미 묻고 답하기

취미(sở thích)에 대해서 대답할 때, '좋아하다'라는 단어 thích을 써서 답할 수 있다. thích 외에 mê, khoái를 쓸 수도 있는데, 모두 '좋아하다'라는 뜻이다.(thích은 북쪽 지방, mê, khoái는 중부 지방과 남쪽 지방 사람들이 사용하는 말) mê, khoái는 명사나 동사 앞에 모두 올 수 있다.

① A: Sở thích của anh là gì? 취미가 뭐예요?
　 B: Sở thích của tôi là nghe nhạc. 제 취미는 음악 듣기입니다.
　　　Tôi thích đi du lịch. 제 취미는 여행 가기입니다.(여행 가는 것을 좋아합니다.)
　　　Tôi mê xem phim hài. 코미디 영화를 보는 것을 좋아합니다.
　　　Tôi khoái ăn phở Việt Nam. 베트남 쌀국수를 먹는 것을 좋아합니다.

② A: Anh thích chơi môn thể thao nào? 무슨 운동을 좋아합니까?
　 B: Tôi thích chơi bóng chuyền. 배구를 하는 것을 좋아합니다.
　　　Tôi mê bóng bàn. 탁구를 좋아합니다.
　　　Tôi khoái chơi bóng đá. 축구를 좋아합니다.

주요단어 취미 & 운동　　　　　　　　　　　　　　　　 MP3 **03-2**

등산 가기	đi leo núi	기타 치기	chơi guitar	배드민턴	cầu lông
여행 가기	đi du lịch	그림 그리기	vẽ tranh	골프	gôn
낚시	câu cá	요리	nấu ăn	스키	trượt tuyết
음악 듣기	nghe nhạc	축구	bóng đá	요가	yoga
쇼핑하기	mua sắm	농구	bóng rổ	스케이트	trượt băng
산책	đi dạo	배구	bóng chuyền	조깅	chạy bộ
게임하기	chơi game	야구	bóng chày	수영	bơi
사진 찍기	chụp ảnh	족구	bóng chuyền bằng chân	마라톤	chạy ma-ra-tông

* '(공으로 하는) 스포츠를 하다', '악기를 치다' 할 때 스포츠명, 악기명 앞에 'chơi'(play)라는 동사를 붙이면 된다.

　　　chơi bóng đá (축구를 하다), chơi bóng rổ (농구를 하다), chơi bóng chuyền (배구를 하다), chơi gôn (골프를 하다), chơi piano (피아노를 치다), chơi guitar (기타를 치다)

3. Dạo này, mình có thói quen dậy sớm rồi đi tập thể dục.

연습문제

1. 다음 글을 읽고 빈칸을 채워 문장을 완성하세요.

> Xin chào. Tôi là Nana, tôi là người Trung Quốc. Sở thích của tôi là đọc sách, xem phim, mua sắm và đi du lịch. Vào cuối tuần, tôi thường đi xem phim hoặc đi mua sắm cùng bạn bè. Tôi thích phim lãng mạn hoặc phim hài, tôi ghét phim kinh dị nhất. Tôi có thói quen dậy sớm và đọc báo vào buổi sáng.

(1) Nana có sở thích là _____.

(2) Nana ghét _____ nhất.

(3) Nana có thói quen _____.

2. 대화를 듣고, 대화의 내용과 일치하면 O, 일치하지 않으면 X 표시하세요. MP3 03-3

(1) Tae Joon không thích nghe nhạc.　　　　　　( )

(2) Hoa thích nhạc cổ điển nhất.　　　　　　　　( )

(3) Hoa có thói quen nghe nhạc cổ điển vào buổi sáng.　( )

3. 다음 글을 참고하여 자신의 취미나 습관에 대해 쓰세요.

> Tôi tên là Hoa. Sở thích của tôi là nghe nhạc, nấu ăn và chụp ảnh. Tôi cũng thích xem phim và tôi thích phim lãng mạn nhất. Tôi có thói quen dậy sớm vào buổi sáng. Tôi cũng có thói quen đọc sách trước khi đi ngủ. Tôi không có thói quen uống cà phê vào buổi tối.

4. MP3 파일을 들으며, 다음 발음을 연습하세요. MP3 **03-4**

dậy sớm 일찍 일어나다	không ăn sáng 아침밥을 안 먹다
uống rượu 술을 마시다	ngủ sớm 일찍 자다
dậy muộn 늦게 일어나다	hút thuốc 담배를 피우다
uống cà phê 커피를 마시다	

베트남 알아보기

• 베트남의 속담 •

각 나라의 속담에는 그 나라만의 문화적·사회적 관념이 들어있기 마련이며, 베트남의 속담 역시 옛날 베트남인들의 풍습과 가치관, 지혜 등이 담겨 있습니다. 베트남의 속담은 문장이 짧은 것이 많은데 그만큼 함축성이 강한 편이며, 같은 의미를 지닌 속담이 여러 가지로 존재하기도 합니다.

베트남 속담을 몇 가지 소개합니다.

- Cái khó ló cái khôn. 어려움이 닥치면 지혜가 나온다.
- Cái nết đánh chết cái đẹp. 덕행은 미모를 누르고도 남는다.
- Bố mẹ sinh con trời sinh tính. 부모는 자식을 낳을 뿐 품성은 하늘이 내린다.
- Có công mài sắt có ngày nên kim. 무쇠도 갈면 바늘이 된다.
- Có tiền mua tiên cũng được. 돈이 있으면 신도 살 수 있다.
- Con sâu làm rầu nồi canh. 해충 한 마리가 국솥을 망친다.
- Đi một ngày đàng học một sàng khôn. 하루의 여행은 한 바구니의 지혜를 준다.
- Đời cha ăn mặn, đời con khát nước. 아비대에 먹은 소금 자식대에 물 들이킨다.
- Bụt chùa nhà không thiêng. 이웃 절간의 부처는 미덥지 않다.
- Không ai giàu ba họ, không ai khó ba đời. 삼대에 걸친 부자 없고 삼대에 걸친 가난뱅이 없다.
- Tiền nào của nấy. 값을 치른 만큼 얻기 마련이다.
- Lấy độc trị độc. 독을 독으로 다스린다.
- Mất bò mới lo làm chuồng. 소 잃고 외양간 고친다.
- Cây ngay không sợ chết đứng. 곧은 나무는 서서 죽기를 두려워하지 않는다.

Bài 04

Nghe nói bác có nhà cho thuê, phải không ạ?

집을 임대한다고 들었는데 맞습니까?

학습내용

- Nghe nói (rằng, là):
  ~한다면서요/~라고 들었어요
- cho의 용법
- không những A mà còn B:
  A뿐만 아니라 B도
- 명사 + nào cũng được:
  ~든지 괜찮다(뭐든 상관 없다)

John	Chào bác. Nghe nói bác có nhà cho thuê, phải không ạ*?
Quân	Phải. Cháu muốn thuê bao lâu?
John	Cháu muốn thuê khoảng 1 năm. Cho cháu xem nhà được không ạ?
Quân	Được, mời cháu vào. Nhà này có hai tầng. Tầng một có phòng khách, bếp và nhà vệ sinh. Tầng hai có một phòng ngủ, một phòng đọc sách và một nhà tắm.
John	Vâng, ngôi nhà này không những tiện nghi mà còn rất thoáng mát. Tiền thuê nhà bao nhiêu một tháng ạ?
Quân	Năm triệu đồng một tháng. Tiền điện và tiền nước tính riêng.
John	Vâng. Khi nào cháu có thể chuyển đến đây ạ?
Quân	Khi nào cũng được. Tùy cháu.
John	Vậy, thứ tư tuần sau cháu sẽ chuyển đến. Bây giờ, chúng ta làm hợp đồng chứ ạ?
Quân	Ừ, chúng ta cùng làm hợp đồng nào.

해석

존	안녕하세요. 집을 임대한다고 들었는데, 맞습니까?
꾸언	맞아요. 얼마 동안 임대하고 싶으세요?
존	1년 정도 임대하고 싶어요. 집을 구경해도 될까요?
꾸언	그럼요. 들어오세요. 이 집은 2층으로 되어 있어요. 1층에는 거실과 주방, 화장실이 있어요. 2층에는 침실과 서재, 욕실이 하나씩 있어요.
존	그렇군요. 이 집은 편의 시설이 잘 갖추어져 있을 뿐만 아니라, 정말 시원해서 좋네요. 임대료는 한 달에 얼마인가요?
꾸언	1달에 500만 동입니다. 전기요금과 수도요금은 별도이고요.
존	네. 언제쯤 이사 올 수 있을까요?
꾸언	언제든 가능해요. 편한 대로 하세요.
존	그럼, 다음주 수요일에 이사를 오겠습니다. 지금, 계약서를 작성할까요?
꾸언	예. 계약서를 작성합시다.

* 문장 끝에 ạ를 붙이면 정중한 표현이 된다.

단어

- thuê 임대하다, 빌리다
- phòng khách 거실
- phòng ngủ 침실
- tiện nghi 편의 시설
- bao nhiêu 얼마
- tính 계산하다
- tùy 마음대로
- bao lâu 얼마나/얼마 동안
- bếp 부엌
- phòng đọc sách 서재
- thoáng mát 시원하다
- tiền điện 전기요금
- riêng 따로따로, 별도
- hợp đồng 계약서
- tầng 층
- nhà vệ sinh 화장실
- nhà tắm 욕실
- tiền thuê 임대료
- tiền nước 수도요금
- chuyển đến 이사 오다

문법 Ngữ pháp

🔊 대화 다시 보기

1. **Nghe nói** bác có nhà cho thuê, phải không ạ?

2. **Cho** cháu **xem** nhà được không ạ?

3. Ngôi nhà này **không những** tiện nghi **mà còn** rất thoáng mát.

4. Khi **nào cũng được**.

Ⓐ Nghe nói (rằng, là) : ~한다면서요 / ~라고 들었어요

'듣다'라는 **nghe**와 '말하다'라는 **nói**가 결합하여 '말하는 것을 들었다'라는 의미이다. 들은 이야기를 확인하거나 이미 알고 있는 것을 다시 한번 강조할 때 쓴다.

A: Nghe nói là chị có nhà cho thuê phải không? 집을 임대한다고 들었는데 맞습니까?
B: Phải. Anh muốn thuê bao lâu? 맞아요. 얼마 동안 임대하고 싶으세요?

A: Nghe mọi người nói là cô cho thuê áo dài, phải không ạ?
아오자이를 빌려주신다고 사람들에게 들었는데 맞습니까?
B: Đúng vậy. Cháu muốn thuê bao lâu? 맞아요. 얼마 동안 빌리고 싶어요?

A: Nghe đài nói rằng từ ngày mai trời lạnh. 내일부터 날씨가 춥다고 라디오에서 들었어요.
B: Ừ, tôi cũng nghe nói trời có thể sẽ mưa. 네, 비가 올 수도 있다고 들었어요.

단어 đài 라디오

> **Tip**
>
> **bao lâu와 bao nhiêu**
>
> bao lâu는 '얼마나', bao nhiêu는 '얼마'라는 뜻의 의문사로, 기간을 물을 때는 bao lâu, 가격을 물을 때는 bao nhiêu를 사용한다. 대답은, 질문의 의문사 자리에 각각 기간과 금액을 넣어 말한다.
>
> A: Tiền thuê nhà <u>bao nhiêu</u> một tháng? 임대료는 한 달에 얼마입니까?
> B: Tiền thuê nhà <u>năm triệu đồng</u> một tháng. 임대료는 한 달에 500만 동입니다.
> A: Anh sẽ ở Việt Nam <u>bao lâu</u>? 베트남에 얼마 동안 머물 겁니까?
> B: Tôi sẽ ở Việt Nam <u>khoảng 3 tháng</u>. 베트남에 3달 정도 머물 것입니다.

문법 테스트① 주어진 정보를 이용하여 〈보기〉와 같이 대화를 만들어 보세요.

| 보기 | nhà / 1 năm | A: Nghe nói chị có <u>nhà</u> cho thuê phải không?
B: Phải, anh muốn thuê bao lâu?
A: Khoảng <u>1 năm</u>. |

01 Xe máy 오토바이 / 1 tiếng
A: _____
B: _____
A: _____

02 Chung cư 아파트 / 6 tháng
A: _____
B: _____
A: _____

B cho의 용법

cho는 기본적으로 '주다'라는 의미이며, 다음과 같은 형식으로 사용한다.

cho + 동사 : ~하게 해 주다(허락, 요청)

Cho cháu xem nhà được không ạ? 집을 구경시켜줄 수 있습니까?
Cho tôi biết địa chỉ nhà bạn. 당신의 집 주소를 알려주세요.
Cho tôi gặp chủ nhà. 집주인을 만나게 해주세요.

문법 Giải thích ngữ pháp

- **동사 + cho + 사람 : ~에게 …해주다**

  Bán cho tôi 5 quả táo. 나에게 사과 5개를 팔아주세요.
  Nana mua bánh mỳ và sữa cho Hòa. 나나는 화에게 빵과 우유를 사주었어요.

- **cho + (간접목적어) + 직접목적어 : ~에게 …을 주다 (경우에 따라 간접목적어는 생략 가능)**

  Mẹ cho tôi tiền. 어머니가 나에게 돈을 주었어요.
  Cho (tôi) một bát phở và một chai bia. 국수 한 그릇과 맥주 한 병을 주세요.

문법 테스트 ② 'cho + 동사' 형식을 사용하여 문장을 만들어보세요.

| 보기 | 나 / 메뉴 / 보여주다 ▶ **Cho tôi xem thực đơn.**

01 나 / 존의 전화번호 **số điện thoại** / 알려주다

▶ _____

02 나 / 길 **đường** / 묻다

▶ _____

C không những A mà còn B : A뿐만 아니라 B도

서로 보충 관계에 있는 단어나 문장을 연결하는 표현이다. A가 긍정이면 B도 긍정, A가 부정이면 B도 부정 형태가 온다.

① 주어가 하나이고, 같은 동사를 연결하는 경우

- **주어 + không những + 동사 + mà còn + 동사**

  Anh ấy không những mua nhà mà còn mua ôtô. 그는 집뿐만 아니라 자동차도 샀다.
  Ông giám đốc Kim không những có thói quen uống trà mà còn có thói quen tập thể dục vào buổi sáng.
  김 사장님은 아침에 차를 마시는 습관이 있을 뿐만 아니라 운동하는 습관도 있다.

② 주어가 서로 다른 2개의 문장을 연결하는 경우

☑ 주어1 + không những + 형용사 1 + mà + 주어 2 + còn + 형용사 2

Nhà hàng này, món ăn không những ngon mà nhân viên còn thân thiện.
이 식당은 음식이 맛있을 뿐만 아니라 종업원도 친절합니다.

Cái áo này không những đẹp mà giá còn rẻ.
이 옷은 예쁠 뿐만 아니라 가격도 싸요.

③ 하나의 주어에 대해, 서로 다른 동사나 형용사를 연결하는 경우

☑ 주어 + không những + 동사 1/형용사 1 + mà còn 동사 2/형용사 2

Cô ấy không những học giỏi mà còn hát hay. 그녀는 공부를 잘할 뿐만 아니라 노래도 잘한다.
Ngôi nhà này không những tiện nghi mà còn rất thoáng mát.
이 집은 편의 시설을 갖추었을 뿐만 아니라 매우 시원하다.

문법 테스트 ③ 다음 문장을 베트남어로 쓰세요.

01 존은 베트남어뿐만 아니라 한국어도 말할 수 있다.

▶ _____

02 냐짱은 풍경이 아름다울 뿐만 아니라 사람들도 친절하다.

▶ _____

D 명사 + nào cũng được : ~든지 괜찮다(뭐든 상관 없다)

'어떤 사람/사물/시간/장소든지 괜찮다'는 의미의 표현이다. '누구든지 괜찮아요'는 'người(사람) nào cũng được', '언제든지 괜찮아요'는 'thời gian(시간) nào cũng được, khi(언제) nào cũng được', '아무데나 괜찮아요'는 'chỗ/nơi(장소, 곳) nào cũng được', '아무거나 괜찮아요'는 'cái(것) nào cũng được'의 형태로 쓴다. '아무 과일/신발이나 괜찮아요' 같이 특정 사물의 종류를 지칭할 때는 cái 대신에 과일, 신발 등 말하려는 대상을 넣으면 된다.

A: Tôi phải trả tiền thuê nhà bằng tiền Việt hay tiền Đô?
임대료를 베트남 돈으로 지불해야 합니까, 아니면 달러로 지불해야 합니까?

B: Tiền nào cũng được. 뭐든(어떤 돈이든) 상관없어요.

A: Em muốn đi xe ô tô hay xe máy? 자동차로 갈까요, 아니면 오토바이로 갈까요?

B: Xe nào cũng được. 아무거나(어떤 교통수단이든) 괜찮아요.

> **Tip**
>
> 명사 + nào cũng + 형용사 : 어떤 (명사)든지 ~하다
>
> Ở nhà hàng này, món **nào cũng** ngon. 이 식당은 어떤 음식이든 다 맛있다.
> Ở đảo Jeju, chỗ **nào cũng** đẹp. 제주도는 어디든지 아름답다.

문법 테스트 ④ 다음 대화를 완성하세요.

01 A: Anh muốn đi du lịch ở đâu?

  B: _____ (아무데나 괜찮아요.)

02 A: Anh muốn ăn món nào?

  B: _____ (아무거나 괜찮아요.)

표현넓히기 Mở rộng

➜ 집 구하기

• **집을 구할 때 고려사항**

- Phòng rộng 방이 넓다
- Giá phòng rẻ 집세가 싸다
- Nhà mới xây 새로 지었다
- Nhà đầy đủ tiện nghi 시설이 잘 되어 있다
- Giao thông thuận tiện 교통이 편리하다
- Chủ nhà tốt bụng 집주인이 좋다
- Nhà gần nơi làm việc / văn phòng 집이 직장에 가깝다
- Nhà gần trung tâm thành phố 집이 시내에 가깝다
- Nhà gần trường học 집이 학교에 가깝다
- Nhà gần chợ / siêu thị 집이 시장/마트에 가깝다
- Nhà gần nơi có phong cảnh thiên nhiên đẹp 집이 아름다운 경치가 있는 곳에 가깝다
- Nhà ở nơi an toàn 집이 안전한 구역에 있다
- Nhà ở nơi yên tĩnh 집 주변이 조용하다
- Nhà chắc chắn 집이 튼튼하다
- Nhà đẹp nhưng không rộng lắm 집이 넓지 않지만 예쁘다

• **베트남에서 집을 구하는 방법**

- Internet 인터넷
- Nhận giới thiệu qua bạn bè/người quen 친구/아는 사람 소개 받기
- Nhà đất/Trung tâm bất động sản 부동산
- Bảng quảng cáo/Bảng tin rao vặt 광고 게시판

부동산

광고 게시판

- **집을 구할 때 사용하는 주요 표현**

  Tôi muốn thuê một ngôi nhà gần trung tâm thành phố.
  시내에 가까운 집을 임대하고 싶습니다.

  Tôi muốn tìm một ngôi nhà có phong cảnh thiên nhiên đẹp.
  예쁜 경치가 있는 집을 찾고 싶습니다.

  Tôi muốn tìm một ngôi nhà gần siêu thị ABC.
  ABC 마트에 가까운 집을 찾고 싶습니다.

  Tôi muốn thuê một ngôi nhà vừa thoáng mát vừa sạch sẽ.
  깨끗하며 시원한 집을 임대하고 싶습니다.

  Cho tôi xem nhà trước được không?
  집을 먼저 구경해도 될까요?

  Ngôi nhà này có mấy tầng?
  이 집은 몇 층으로 되어 있습니까?

  Các phòng có đủ tiện nghi không?
  편의 시설은 방마다 다 있습니까?

  Tầng một có nhà vệ sinh không?
  1층에 화장실이 있습니까?

  Phòng ngủ có điều hòa không?
  침실에 에어컨이 있습니까?

  Tôi muốn thuê khoảng 1 năm.
  1년 정도 임대하고 싶습니다.

  Bao nhiêu tiền một tháng?
  임대료는 1달에 얼마입니까?

  Tôi có phải đặt cọc tiền trước không?
  보증금을 내야 합니까?

  Tôi phải đặt cọc bao nhiêu tiền?
  보증금은 얼마를 내야 합니까?

  Tiền điện và tiền nước phải trả như thế nào?
  전기요금과 수도요금은 어떻게 내야 합니까?

  Bao giờ tôi có thể chuyển đến?
  언제 이사 올 수 있습니까?

 주요단어

● 주거 형태 및 집의 구성

아파트	chung cư	화장실	phòng vệ sinh/ nhà vệ sinh
주택	nhà riêng	부엌	bếp
빌라/별장	biệt thự	세탁실	phòng giặt đồ
오피스텔	nhà văn phòng	일하는 방	phòng làm việc
원룸	phòng khép kín	제사실	phòng thờ
하숙집	nhà trọ	베란다	ban công
기숙사	ký túc xá	현관	cửa ra vào
침실	phòng ngủ	마당	sân
거실	phòng khách	창고	nhà kho
욕실	phòng tắm	주차장	chỗ để xe/nơi đỗ xe

● 집 구하기

전세	thuê dài hạn	집주인	chủ nhà
월세	thuê theo tháng	세입자	người thuê ở
보증금	tiền đặt cọc/ tiền bảo lãnh	계약하다	làm hợp đồng
부동산	nhà đất/ trung tâm bất động sản	(집, 땅 등) 임대하다	thuê
계약서	hợp đồng	전기요금	tiền điện
중개 수수료	phí môi giới	수도요금	tiền nước

4. Nghe nói bác có nhà cho thuê, phải không ạ?

연습문제

1. 다음 내용에 맞게 대화를 완성하세요.

> 나나   안녕하세요. 집을 임대한다고 들었는데 맞습니까?
> 집주인   맞아요. 얼마 동안 임대하고 싶으세요?
> 나나   2년 정도 임대하고 싶습니다.
> 집주인   들어오세요. 이 집은 2층으로 되어 있어요.
> 1층에는 거실과 주방이 있고, 2층에는 침실과 화장실이 있어요.
> 나나   임대료는 한 달에 얼마인가요?
> 집주인   1달에 300만 동입니다.

Nana   Chào bác. Nghe nói _____ ?
Chủ nhà   Phải. Cháu muốn thuê _____ ?
Nana   Cháu muốn _____.
Chủ nhà   Mời cháu vào. Nhà này có hai tầng, tầng một có _____,
               tầng hai có _____.
Nana   Tiền thuê nhà _____ một tháng ạ?
Chủ nhà   Ba _____ một tháng.

2. 이야기를 듣고, 질문에 답하세요.   MP3 04-3

(1) Tae San đã thuê ngôi nhà mấy tầng?
▶ _____

(2) Tiền thuê nhà bao nhiêu một tháng?
▶ _____

(3) Ngôi nhà của Tae San thế nào?
▶ _____

3. 다음은 John이 구하고 싶은 집의 조건입니다. 내용에 맞게 부동산 중개인과의 대화를 완성하세요.

Loại nhà	chung cư
Vị trí	gần công ty JG
Thời gian hợp đồng	1 năm
Giá phòng	dưới 3 triệu 1 tháng
Điều kiện khác	có internet, phòng sạch sẽ, xung quanh yên tĩnh

Người môi giới   Mời vào. Anh muốn tìm nhà loại nào?
John   Tôi muốn tìm _____ ở _____.
Người môi giới   Anh muốn thuê nhà khoảng bao nhiêu tiền?
John   Tôi muốn _____.
Người môi giới   Anh muốn thuê bao lâu?
John   Tôi muốn _____.
Người môi giới   Anh có điều kiện gì khác không?
John   Tôi muốn có _____.

4. 자기가 살고 있는 집이나 방에 대해 쓰세요.

_____
_____
_____
_____

베트남 알아보기

• 십이지신(12간지) •

베트남도 한국처럼 십이지신이 있다. 베트남 사람들은 태어난 년도에 따라서 십이지신(12간지) 중 하나의 띠를 갖게 된다.

자 (Tý)　　축 (Sửu)　　인 (Dần)　　묘 (Mão)　　진 (Thìn)　　사 (Tỵ)
오 (Ngọ)　　미 (Mùi)　　신 (Thân)　　유 (Dậu)　　술 (Tuất)　　해 (Hợi)

12간지 동물의 이름은 나라마다 조금씩 바뀌기도 한다. 베트남에서는 소(bò)를 물소(trâu)로, 토끼(thỏ)를 고양이(mèo)로, 양(cừu)을 염소(dê)로 표현한다. '띠'는 tuổi이며, 12개의 띠는 쥐띠(tuổi tí/tuổi chuột), 물소띠(tuổi sửu/tuổi trâu), 호랑이띠(tuổi dần), 고양이띠(tuổi mèo/tuổi mão), 용띠(tuổi thìn/tuổi rồng), 뱀띠(tuổi tỵ/tuổi rắn), 말띠(tuổi ngọ/tuổi ngựa), 염소띠(tuổi mùi/tuổi dê), 원숭이띠(tuổi thân/tuổi khỉ), 닭띠(tuổi dậu/tuổi gà), 개띠(tuổi tuất/tuổi chó), 돼지띠(tuổi hợi/tuổi lợn)이다.

베트남에서 십이지신은 시간신과 방위신 역할을 하며 그 시간과 방향에서 오는 사기를 막는 수호신이라 여긴다. 십이지신을 이용한 시간 명칭은, 시간대별로 주로 활동하는 동물의 이름을 넣어 나타냈는데, 십이지신의 동물은 바로 여기서 비롯되었다고 한다.

자시 Giờ tý (23시~01시)　: 쥐가 제일 열심히 뛰어 다니는 때
축시 Giờ sửu (01~03시)　: 밤새 풀을 먹은 물소가 한참 반추하며 아침 밭갈이 준비를 할 때
인시 Giờ dần (03~05시)　: 하루 중 호랑이가 제일 흉악한 때
묘시 Giờ mão (05~07시)　: 해뜨기 직전, 달이 아직 중천에 걸려 있어 그 속에 고양이가 보이는 때
진시 Giờ thìn (07~09시)　: 용이 날면서 강우 준비를 하는 때
사시 Giờ tỵ (09~11시)　: 뱀이 자고 있어 사람을 해치는 일이 없는 때
오시 Giờ ngọ (11~13시)　: 고조에 달했던 '양기'가 점점 기세를 죽이고 '음기'가 머리를 들기 시작하는 때(말은 땅에서 달리고, 땅은 '음기'이므로 말을 '음기'의 동물로 보고 이와 연계시킴)
미시 Giờ mùi (13~15시)　: 염소가 이 시간에 풀을 뜯어 먹어야 풀이 재생하는 데 해가 없음
신시 Giờ thân (15~17시)　: 원숭이가 울음소리를 제일 많이 내는 때
유시 Giờ dậu (17~19시)　: 하루 종일 모이를 쫓던 닭이 둥지에 들어가는 때
술시 Giờ tuất (19~21시)　: 날이 어두워져 개가 집을 지키기 시작하는 때
해시 Giờ hợi (21~23시)　: 돼지가 단잠을 자고 있을 때

Bài 05

Trông anh có vẻ mệt. Anh bị đau ở đâu?

피곤해 보이네요. 어디가 아프신가요?

학습내용

- trông + 사람 + có vẻ + 형용사:
  ~가 …해 보이다
- 수동표현: bị, được, do
- 부정 명령문: đừng / không được
- 가정법: nếu ~ thì …:
  ~라면 …하다

Quân	Trông anh có vẻ mệt. Anh bị đau ở đâu?
Tae Joon	Tôi bị cảm từ đêm hôm qua.
Quân	Bây giờ, anh cảm thấy trong người thế nào?
Tae Joon	Tôi thấy đau đầu, đau họng và sổ mũi.
Quân	Để tôi khám xem. Anh sốt cao quá! Hơn 39 độ.
Tae Joon	Vậy ạ?
Quân	Để tôi lấy thuốc cho anh. Thuốc này uống một ngày 3 lần, sau bữa ăn. Còn thuốc này uống ngày 1 lần trước khi đi ngủ. Tất cả uống trong một tuần. Tuần sau đến đây khám lại.
Tae Joon	Cám ơn bác sĩ, tôi uống thêm Vitamin được không ạ?
Quân	Được, nhưng anh phải nghỉ ngơi nhiều và không được ra gió lạnh. À, trong thời gian uống thuốc, anh cũng đừng uống rượu hay hút thuốc. Anh nhớ nhé!
Tae Joon	Vâng, nếu tôi khỏi hẳn thì tuần sau tôi có phải đến đây khám lại không ạ?
Quân	Nếu khỏi hẳn thì không phải đến cũng được.

해석

꾸언 : 피곤해 보이네요. 어디가 아프신가요?
태준 : 어젯밤부터 감기 기운이 있어요.
꾸언 : 지금 몸 상태는 어떠세요?
태준 : 머리가 아프고 목도 아프고 콧물이 나요.
꾸언 : 어디 봅시다. 열이 많이 나네요. 39도가 넘어요.
태준 : 그래요?
꾸언 : 약을 처방해 드릴게요. 이 약은 매일 식후 3번 복용하면 됩니다.
그리고 이 약은 매일 잠을 자기 전에 1번만 복용하세요.
모든 약을 1주일 동안 복용하세요. 다음 주에 다시 와서 검사를 받으세요.
태준 : 감사합니다. 비타민을 추가로 먹어도 될까요?
꾸언 : 됩니다, 하지만 몸을 많이 쉬게 하고 찬 바람을 쐬면 안됩니다.
아, 약을 복용하는 동안 술이나 담배를 하지 마세요. 꼭 기억하세요.
태준 : 네, 알겠습니다. 그런데, 완전히 나아져도 다음주에 재검사를 해야 되나요?
꾸언 : 완전히 괜찮아지면 다시 오지 않아도 됩니다.

단어

- trông 보이다
- trong người 몸 안에
- sổ mũi 코감기
- lấy thuốc 처방하다
- nhớ 기억하다
- cảm 감기
- đau đầu 두통
- khám 진찰하다
- thêm 추가
- khỏi 병이 낫다
- cảm thấy 느끼다
- đau họng 목이 아프다
- sốt 열이 나다
- đừng ~ 지 마세요

문법 Ngữ pháp

> 🔊 대화 다시 보기

1. **Trông** anh **có vẻ** mệt.

2. Tôi **bị** cảm từ đêm hôm qua.

3. Được, nhưng anh phải nghỉ ngơi nhiều và **không được** ra gió lạnh.

4. Vâng, **nếu** tôi khỏi hẳn **thì** tuần sau tôi có phải đến đây khám lại không ạ?

🅐 trông + 사람 + có vẻ + 형용사 : ~가 …해 보이다

trông은 '지켜보다', '돌보다'의 의미를 갖는 동사이지만, 문장의 맨 앞이나 형용사 앞에 쓰면 '~처럼 보이다', '~하게 보이다'라는 표현이 된다. **trông**은 có vẻ와 함께 사용한다.

Trông anh có vẻ mệt. 피곤해 보입니다.
Trông chị dạo này có vẻ rạng rỡ quá. 요즘 아주 밝아 보이네요.

✏️ 문법 테스트 ① 그림을 보고 인물의 상태를 말해보세요.

01

Hoa / 슬프다

02

Nana / 행복하다

Ⓑ 수동표현 : bị, được, do

① bị : 주어가 좋지 않은 일을 당하거나, 좋지 않은 상태에 있음을 나타낸다.

- 타인에 의해 좋지 않은 일을 당했을 때

  ☑ 주어 + bị + 행위자 + 동사

  Anh ấy bị bạn gái bỏ. 그는 여자친구에게 버림을 받았어요.

- 좋지 않은 상황에 처해 있을 때

  ☑ 주어 + bị + 동사/형용사

  Tôi bị mệt. 나는 피곤해요.   Tôi bị đau tay. 나는 손이 아파요.

② được : 주어에게 이익이 되거나 좋은 일일 경우 사용한다.

☑ 주어 + được + 행위자 + 동사

Tôi được mẹ cho tiền. 나는 어머니로부터 돈을 받았어요.
Anh ta được nhận giải thưởng từ hiệu trưởng. 그는 총장님으로부터 상을 받았어요.

③ do : 이익이 되거나 해가 되는 일이 아닌, 일반적인 경우에 사용한다.
'(누구)로부터/(누구)에 의해'라는 의미로 쓰인다. 보통 사물이나 물건이 주어로 쓰이므로 do를 được으로 대체할 수도 있다.

☑ 주어 + do + 행위자 + 동사

Cái mũ này do mẹ tôi làm. (= Cái mũ này được mẹ tôi làm.)
이 모자는 저의 어머니께서 만드셨어요.

Công ty này do bố tôi xây dựng. (= Công ty này được bố tôi xây dựng.)
이 회사는 저의 아버지께서 설립하셨어요.

> **Tip**
>
> 수동태 문장을 능동태 문장으로 고칠 때는 bị, được, do를 삭제하고 '행위자 + 동사 + 주어'의 형태로 쓴다.
>
> Tôi bị mẹ mắng. 나는 어머니께 혼이 났다.　　　　　　[수동]
> → Mẹ mắng tôi. 어머니가 나를 혼냈다.　　　　　　　　[능동]
>
> Tôi được bố khen. 나는 아버지께 칭찬을 받았다.　　　[수동]
> → Bố khen tôi. 아버지가 나를 칭찬했다.　　　　　　　[능동]

문법 Giải thích ngữ pháp

> **문법 테스트②** 'bị', 'được', 'do' 중 알맞은 것을 골라 쓰세요.

01 Tôi _____ Hòa cho vé xem phim.

02 Anh ấy đi xe rất nhanh nên _____ tai nạn.

03 Cái áo này _____ mẹ tôi mua.

C 부정 명령문 : đừng / không được

긍정 명령문 앞에 **đừng** 또는 **không được**을 쓰면 '~하지 마세요', '~하면 안 돼요'라는 부정 명령문이 된다.

- **đừng** : 어떤 행동을 하지 않도록 요청, 설득, 지시, 혹은 명령할 때
- **không được** : 어떤 행동을 금지하거나 제한할 때

☑ **đừng/xin đừng + 동사** : ~하지 마세요

Đừng chụp ảnh ở đây. 여기서 사진을 찍지 마세요.
Xin đừng làm ô nhiễm môi trường. 환경을 오염시키지 마세요.
Đừng nói dối. 거짓말을 하지 마세요.

☑ **không được + 동사** : ~ 하면 안 됩니다

Không được chụp ảnh ở đây. 여기서 사진을 찍으면 안 됩니다.
Không được làm ô nhiễm môi trường. 환경을 오염시키면 안 됩니다.
Không được hút thuốc lá ở đây. 여기서 담배를 피우면 안 됩니다.

> **Tip**
>
> **cấm**
>
> '~을 금지하다'라는 뜻이다. 'cấm + 동사'의 형태로 쓰며, 'OO 금지'라는 표지판 문구에 주로 사용된다.
>
> 흡연 금지
> Cấm hút thuốc
>
> 휴대 전화 사용 금지
> Cấm sử dụng điện thoại di động
>
> 주차 금지
> Cấm đỗ xe
>
> 출입 금지
> Cấm ra vào
>
> 사진, 동영상 촬영 금지
> Cấm quay phim, chụp ảnh

문법 테스트 ③ 그림을 보고 đừng, không được, cấm을 사용하여 문장을 쓰세요.

| 보기 | | ▶ Đừng hút thuốc ở đây.
Không được hút thuốc ở đây.
Cấm hút thuốc ở đây. |

01    ▶

02    ▶

D 가정법 : nếu ~ thì ⋯ : ~라면 ⋯하다

현재나 과거의 일을 반대로 가정하거나, 아직 일어나지 않은 일에 대해 가정할 때 사용한다.

☑ nếu + 주어 1 + 동사 1/형용사 1 + thì + 주어2 + (đã 과거시제/sẽ 미래시제) + 동사 2/형용사 2

Nếu thời tiết đẹp **thì** tôi đã có thể đi dã ngoại. 날씨가 좋았다면 소풍을 갈 수 있었을 텐데.
Nếu hôm nay anh ấy không đến **thì** tôi sẽ thất vọng lắm.
오늘 그가 못 온다면 제가 정말 실망할 거예요.

이 표현은 가정의 상황뿐만 아니라 조건의 상황을 표현하기도 한다. **nếu**와 **thì** 이하의 주어가 동일하면 둘 중 하나를 생략할 수 있다.

☑ nếu + 주어 1 + 동사 1/형용사 1 + thì + 주어 1 + (sẽ) + 동사 2/형용사 2

Nếu không uống thuốc **thì** anh sẽ không khỏi ốm. 약 안 먹으면 나아질 수 없어요.
Nếu kiếm được nhiều tiền **thì** tôi sẽ mua ô tô. 돈을 많이 벌면 자동차를 살 거예요.
Nếu học chăm chỉ từ bây giờ **thì** bạn có thể đỗ Topik cấp 6.
지금부터 열심히 공부한다면 한국어능력시험 6급에 합격할 수 있을 거예요.

🖉 **문법 테스트 ④** 'nếu ~ thì⋯'를 사용하여 문장을 완성하세요.

| 보기 | trời mưa / ở nhà xem tivi
▶ Nếu trời mưa thì tôi sẽ ở nhà xem tivi.

01 bị ốm / không đi làm

   ▶ _____

02 đau bụng / đi bệnh viện

   ▶ _____

표현넓히기 Mở rộng

◆ 병원 진료

의사가 사용하는 말	환자가 사용하는 말
Anh(chị) bị đau ở đâu? 어디가 아프세요?	Tôi thấy chóng mặt. 현기증이 납니다.
Triệu chứng như thế nào? 증상이 어떻습니까?	Tôi không thấy ngon miệng. 식욕이 없습니다.
Anh(chị) sốt cao quá. 열이 많이 나네요.	Tôi đau bụng. 배가 아픕니다.
Để tôi xem. 검진해 봅시다.	Tôi thấy tức ngực khó thở. 가슴이 답답해서 숨쉬기가 어렵습니다.
Để tôi đo nhiệt độ xem. 체온을 재보겠습니다.	Tôi đau đầu. 두통이 있습니다.
Để tôi đo huyết áp. 혈압을 재겠습니다.	Tôi bị sốt. 열이 있습니다.
Tôi sẽ tiêm cho anh(chị) một mũi. 주사 한 대 놓겠습니다.	Tôi buồn nôn. 구역질이 납니다.
Anh(chị) phải phẫu thuật ngay. 당장 수술해야 됩니다.	Tôi bị trướng bụng./Tôi bị rối loạn tiêu hóa. 배탈이 났습니다.
Tôi sẽ kê đơn thuốc. 약을 처방해 드리겠습니다.	Tôi bị ngạt mũi. 코가 막힙니다.
Anh(chị) phải nhập viện ngay. 당장 입원해야 됩니다.	Tôi bị khó thở. 숨 쉬기가 어렵습니다./호흡이 곤란합니다.
Anh(chị) hãy uống thuốc này 3 lần một ngày. 이 약을 매일 3번 복용하면 됩니다.	Tôi bị ngứa. 피부가 가렵습니다.
	Tôi bị trẹo chân. 발목을 삐었습니다.
	Tôi bị bỏng. 화상을 입었습니다.
Anh(chị) hãy uống thuốc này trước/sau bữa ăn 30 phút. 이 약을 식전/식후 30분에 복용하세요.	Tôi bị gãy chân(tay). 다리(팔)뼈가 부러졌습니다.
	Tôi bị tiêu chảy. 설사를 합니다.

> **Tip**
>
> [의무와 충고의 조동사 : nên, cần, phải]
> 의무, 권유, 충고의 의미를 갖는 조동사로, 동사 앞에 위치한다.
>
> ① **nên** : ~하는 편이 좋겠다, 하는 것이 낫다 [권유]
>   Anh nên tập thể dục vào buổi sáng. 당신은 아침에 운동하는 것이 좋겠어요.
>   Hòa nên về nhà sớm. 화는 일찍 들어가는 게 좋겠어요.
>
> ② **cần** : ~하는 것이 필요하다 [권유, 의무]
>   Anh cần uống thuốc đúng giờ. 정시에 약을 복용하는 것이 필요해요.
>   Anh cần nghỉ ngơi thật nhiều. 몸을 많이 쉬게 하는 것이 필요해요.
>
> ③ **phải** : 반드시 ~해야 한다 [강제, 의무]
>   Anh phải uống thuốc sau khi ăn 30 phút. 식후 30분에 반드시 약을 복용해야 해요.
>   Anh phải phẫu thuật ngay hôm nay. 오늘 당장 수술해야 합니다.

표현 넓히기 Mở rộng

 주요단어

● 신체

MP3 **05-2**

- 머리 đầu
- 이마 trán
- 눈 mắt
- 귀 tai
- 입 miệng
- 목 cổ
- 어깨 vai
- 등 lưng
- 팔 cánh tay
- 허리 eo
- 엉덩이 mông
- 다리 chân
- 종아리 bắp chân
- 발 chân
- 발가락 ngón chân
- 눈썹 lông mày
- 코 mũi
- 입술 môi
- 턱 cằm
- 가슴 ngực
- 배 bụng
- 손 tay
- 손가락 ngón tay
- 무릎 đầu gối
- 발목 cổ chân

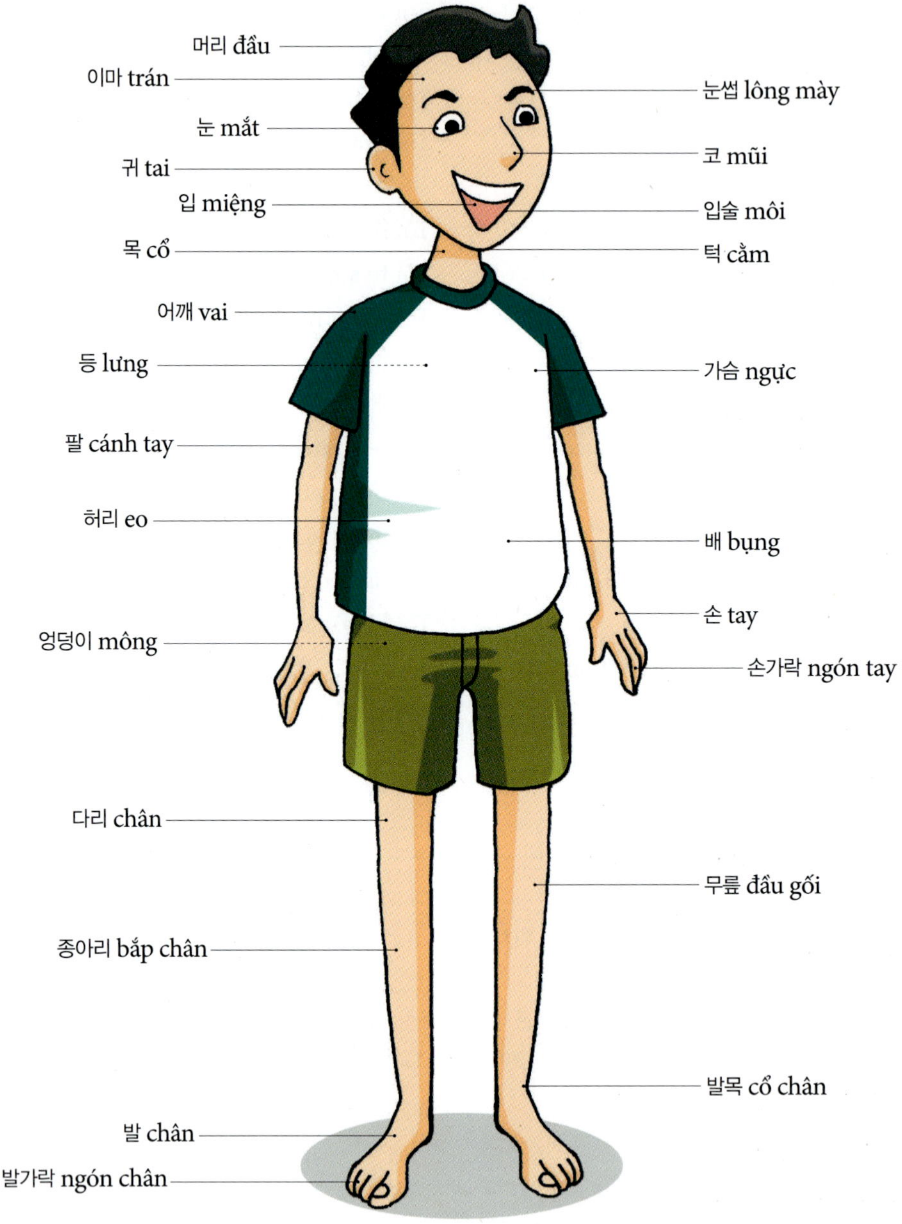

● **질병**

감기	cảm, cảm cúm	재채기	hắt xì
독감	cảm cúm	코감기	cảm sổ mũi
기침	ho	열이 나다	sốt
두통	đau đầu / nhức đầu	구역질	buồn nôn
목이 아프다	đau họng	현기증	chóng mặt
화상	bỏng	오한	nhiễm lạnh
상처	vết thương	고혈압	huyết áp cao
멀미	say xe	삐다	bong gân
복통	đau bụng	등이 아프다, 허리가 아프다	đau lưng
구토	nôn / mửa	불면증	mất ngủ
치통	đau răng	물집	mụn nước
설사	tiêu chảy	알레르기	dị ứng

● **약**

소화제	thuốc tiêu hóa	두통약	thuốc đau đầu
멀미약	thuốc say xe	해열제	thuốc hạ sốt
감기약	thuốc cảm	안약	thuốc mắt
파스	cao dán	연고	thuốc mỡ
수면제	thuốc ngủ		

※ uống thuốc 약을 먹다/마시다, nhỏ mắt 안약을 넣다, dán cao 파스를 붙이다, bôi thuốc mỡ 연고를 바르다

연습문제

1. 다음을 대화의 순서에 맞게 나열하세요.

   ① Vâng, chào anh. Anh bị đau ở đâu?

   ② Vậy, bây giờ tôi phải làm gì?

   ③ Để tôi khám xem.

   ④ Tôi bị đau răng.

   ⑤ Chào bác sĩ.

   ⑥ Anh bị sâu răng rồi.

   ⑦ Anh phải uống thuốc này và đánh răng sạch sẽ hàng ngày.

2. 대화를 듣고, 대화의 내용과 일치하면 O, 일치하지 않으면 X 표시하세요.

   MP3 05-3

   (1) Cô gái bị sốt từ hôm qua.   (   )

   (2) Cô gái sốt hơn 39 độ.   (   )

   (3) Tất cả thuốc uống trong 3 ngày.   (   )

3. 〈보기〉와 같이, 증상을 이야기하고 약을 사는 대화를 만드세요.

> đau đầu / thuốc đau đầu / 1 ngày 3 lần sau bữa ăn / 50 nghìn đồng
>
> A: Chào anh, anh bị làm sao thế?
> B: Tôi bị đau đầu.
> A: Vậy thì anh hãy thử uống thuốc đau đầu này. 1 ngày 3 lần sau bữa ăn.
> B: Vâng, bao nhiêu tiền ạ?
> A: 50 nghìn đồng ạ.
> B: Cảm ơn. Chào cô.

(1) sốt / thuốc hạ sốt / 1 ngày 3 lần sau bữa ăn / 60 nghìn đồng

(2) cảm cúm / thuốc cảm / 1 ngày 2 lần sau bữa ăn / 70 nghìn đồng

(3) khó tiêu / thuốc tiêu hóa / 1 ngày 2 lần sau bữa ăn / 60 nghìn đồng

4. 다음 질문에 답하고, 아팠던 경험에 대해 쓰세요.

Bạn bị đau ở đâu?	
Bạn bị đau khi nào?	
Tại sao bị đau?	
Bạn đã làm thế nào?	

베트남 알아보기

• 베트남의 전통 결혼식 •

베트남에서 결혼식은 매우 중요한 의례 가운데 하나로 그 절차가 복잡하고 비용도 많이 드는 편이다. 베트남에서는 보통 날씨가 덥지 않은 봄이나 겨울에 결혼식을 많이 하며, 남부와 북부지방은 결혼 풍습이 약간 다르다.

옛날에는 '옹마이, 바모이(ông mai, bà mối)'라고 하는 전문 중매쟁이가 있을 정도로 중매 결혼이 많았지만, 오늘날에는 대부분 연애결혼을 하고 있다. 베트남에서는 남녀간의 궁합(hợp tuổi)을 중시하는데, 궁합이 맞지 않는다면 결혼이 어려울 수도 있다. 궁합이 맞는다면 양쪽 부모님께 허락을 받아 본격적인 결혼 준비를 한다.

보통 결혼식 한 달이나 일주일 전에 신부 집에서 약혼식(Lễ ăn hỏi)을 올린다. 약혼식 날에는 신랑과 가족들이 신부의 집을 방문하는데, 예물로 빈랑열매(quả cau)와 구장잎(lá trầu), 차(trà), 케이크, 과일, 와인 등을 준비하여 광택이 나는 둥근 박스 안에 넣고 붉은 천으로 덮은 뒤 미혼의 젊은 남자나 여자가 운반하게 한다. 이날 신랑과 신부는 전통 아오자이(áo dài)를 입고 양가 부모님께 인사를 올리며, 양가는 의논하여 결혼식 날짜를 정한다.

결혼 날짜가 정해지면 신랑은 신혼집을 구하고 예단과 혼수를 모두 담당한다. 결혼식 하루 전에 신랑 신부의 집에서는 야자나무 잎으로 아치를 만들어 대문에 걸고, '신혼 (tân hôn)/부귀 (vu quy)' 등과 같은 문구를 적어 놓는다. 결혼식 당일에는 신랑이 준비한 술, 과일, 다과, 차, 고기, 빈랑열매 등의 예물을 붉은 보자기에 덮어 5명 이상 홀수의 들러리 총각들이 신부집으로 가져간다. 신부집 앞에 예물이 도착하면, 신부집에서는 5명 이상 홀수의 들러리 처녀들이 예물을 받아 신부집 안에 놓는다. 신랑 측 대표가 신부집으로 들어가 신부 부모에게 인사를 올리고, 자신들을 소개한 뒤 결혼을 허락해 줄 것을 요청한다. 신랑과 신부는 신주 앞에서 무릎을 꿇어 향을 피우고, 혼인을 고하면서 조상신께 행복하게 살기를 기원한다. 그리고 양가 부모님께 감사인사를 드린다. 혼례를 주관하는 어른은 신랑과 신부 측에 축복과 당부의 말을 전한다. 이후 신랑과 신부는 준비한 결혼반지를 서로 나눠 끼우고, 하객들은 신랑신부의 행복을 축원한다. 결혼식이 끝나면 손님들은 파티를 즐기며 기쁨을 함께 나눈다. 신랑과 신부는 테이블을 일일이 돌아다니면서 하객들에게 감사인사를 올리고 축배를 든다.

Bài 06

Anh John nói là chủ nhật tuần này sẽ đến nhà chúng ta chơi và ăn cơm.

존이 이번 주 일요일에 우리 집에 놀러 와서 밥을 같이 먹겠다고 말했어요.

학습내용

- 간접 화법
- vì + 원인 + nên + 결과: ~해서 …하다
- mời + 주어(2인칭) + 동사
- bằng: ~(으)로 (수단, 방법, 재료)

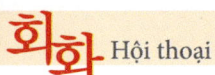 Hội thoại

Tae San	Em ơi, anh John nói là chủ nhật tuần này sẽ đến nhà chúng ta chơi và ăn cơm.
Trang	Thế hả anh? Anh biết anh John thích ăn món gì không?
Tae San	John thích ăn bún chả và nem rán, nên em nấu 2 món đó nhé.
Trang	Vâng, em biết rồi. Anh yên tâm.

***

John	Chào Trang. Lâu lắm rồi không gặp nhỉ.
Trang	Vâng, chào anh. Mời anh vào.
John	Cảm ơn Trang. Đây là hoa tặng Trang.
Trang	Ôi, cảm ơn anh. Hoa đẹp quá! Hai anh nói chuyện nhé. Em đi chuẩn bị cơm.

(10 phút sau)

Trang	Mời hai anh ăn cơm.
	À, anh John có ăn bằng đũa được không ạ?
John	Được. Anh ăn bằng đũa được.
	Ôi, bún chả và nem rán ngon quá. Cảm ơn Trang nhé.
Trang	Anh ăn nhiều vào nhé.

해석

태산   여보, 존이 이번 주 일요일에 우리 집에 놀러 와서 밥을 같이 먹겠다고 말했어요.
장   그래요? 존이 어떤 음식을 좋아하는지 알아요?
태산   존은 분자와 냄란을 좋아하니까 그 두 가지 음식을 요리해주면 되겠네요.
장   아, 알겠어요. 걱정 마세요.

* * *

존   장! 안녕하세요. 오랜만이네요.
장   네, 안녕하세요. 어서 들어오세요.
존   고마워요. 여기 장에게 주고 싶은 꽃을 사왔어요.
장   어머나, 고마워요. 꽃이 예쁘네요!
       두 분이 잠시 이야기 나누고 계세요. 저는 식사를 준비할게요.

(10분 후)

장   식사하세요. 아, 존은 밥을 젓가락으로 먹을 수 있나요?
존   네. 젓가락으로 먹을 수 있어요.
       우와, 분자와 냄란이 정말 맛있어요. 장, 고마워요
장   많이 드세요.

단어

- nói là ~라고 말하다
- bún chả 숯불에 구운 삼겹살, 고기 완자와 생면
- nem rán 튀긴 월남쌈
- món/món ăn 음식
- yên tâm 안심하다/걱정하지 않다
- mời 초대하다
- chuẩn bị 준비하다
- bằng (으)로
- đũa 젓가락
- ngon 맛있다

6. Anh John nói là chủ nhật tuần này sẽ đến nhà chúng ta chơi và ăn cơm.

문법 Ngữ pháp

🔊 대화 다시 보기

1. Em ơi, anh John nói là chủ nhật tuần này sẽ đến nhà chúng ta chơi và ăn cơm.

2. John thích ăn bún chả và nem rán, nên em hãy nấu hai món đó nhé.

3. Mời anh vào.

4. Anh John có ăn bằng đũa được không ạ?

Ⓐ 간접 화법

간접 화법은 다른 사람의 말이나 글을 전달하여 말하는 형식이다. 전달하려는 문장 앞에 '말하다', '물어보다' 등의 동사를 사용하여 말한다.

● ~라고 말하다 : nói, bảo, nói là, nói rằng, bảo là, bảo rằng

Nana nói, "Tôi đã gặp Hoa hôm qua". 나나는 "저는 어제 화를 만났어요"라고 말했어요.
→ Nana nói đã gặp Hoa hôm qua. 나나는 어제 화를 만났다고 말했어요.

Lan nói, "Bây giờ tôi đang ở nhà với mẹ". 란은 "저는 어머니와 함께 집에 있어요"라고 말했어요.
→ Lan nói là bây giờ đang ở nhà với mẹ. 란은 어머니와 함께 집에 있다고 말했어요.

Trang nói rằng, "Gia đình tôi sẽ đi du lịch Hàn Quốc vào tuần sau".
장이 "우리 가족은 다음 주에 한국으로 여행 갈 예정이에요"라고 말했어요.
→ Trang nói rằng gia đình cô ấy sẽ đi du lịch Hàn Quốc vào tuần sau.
장이 자기 가족이 다음 주에 한국으로 여행 갈 예정이라고 말했어요.

- **～라고 묻다 : hỏi, hỏi là, hỏi rằng**

    Trang hỏi, "Anh đã gặp Nana chưa?" 짱이 "나나를 만났어요?"라고 물었어요.
    → Trang hỏi tôi đã gặp Nana chưa. 짱이 나에게 나나를 만났냐고 물었어요.

    John hỏi, "Hôm nay tôi có thể về sớm được không?"
    존이 "오늘 제가 일찍 퇴근해도 될까요?"라고 물었어요.
    → John hỏi rằng hôm nay anh ấy có thể về sớm được không.
    존이 오늘 자기가 일찍 퇴근해도 되냐고 물었어요.

    Hoa hỏi, "Ngày mai bạn sẽ làm gì? 화가 "내일 뭐 할 거예요?"라고 물었어요.
    → Hoa hỏi tôi ngày mai sẽ làm gì. 화가 나에게 내일 뭐 할 거냐고 물었어요.

> **문법 테스트 ①** 다음 문장을 베트남어로 쓰세요.

01 태산 씨는 비행기표가 너무 비싸다고 말했어요.

    ▶ _____

02 화 씨가 언제 고향에 가냐고 물었어요.

    ▶ _____

B vì + 원인 + nên + 결과 : ～해서 … 하다

'～해서 …하다'라는 원인과 결과를 나타내는 표현이다. vì는 '왜냐하면'이라는 뜻으로, vì 다음에 원인, nên 다음에 결과를 말한다. vì는 생략할 수 있다.

Vì Hoa bị ốm nên Hoa không đi học. 화는 아파서 학교에 못 갔어요.
Nana học hành chăm chỉ nên cô ấy đã thi đỗ đại học Quốc gia.
나나는 열심히 공부해서 국립대학교 입학시험에 합격했어요.
Vì tắc đường nên tôi đến muộn. 길이 막혀서 늦게 도착했어요.

6. Anh John nói là chủ nhật tuần này sẽ đến nhà chúng ta chơi và ăn cơm.

문법 Giải thích ngữ pháp

원인과 결과의 주어가 동일한 경우 둘 중 하나를 생략할 수 있다.

Vì Hoa bị ốm nên Hoa không đi học. 화는 아파서 학교에 못 가요.
→ Vì bị ốm nên Hoa không đi học.
→ Vì Hoa bị ốm nên không đi học.

원인과 결과를 나타내는 문장의 순서를 바꿀 수 있다. 이 경우, nên은 생략한다.

Hoa không đi học vì bị ốm. 화는 아파서 학교에 못 가요.

> **Tip**
> vì 대신 tại vì 또는 bởi vì, nên 대신 cho nên을 사용할 수 있다.
>
> vì, tại vì, bởi vì + 원인   nên, cho nên + 결과

문법 테스트 ② 의미에 맞게 문장을 완성하세요.

01 Vì muốn sống ở Việt Nam nên John _____.
(베트남어를 배우다)

02 Vì cuối tuần có thời gian nên Nana _____.
(영화를 보러 가다)

C mời + 주어(2인칭) + 동사

mời는 '초대하다', '초청하다'라는 뜻으로, 'mời + 2인칭 주어 + 동사'는 상대방에게 어떤 행동을 정중하게 요청할 때 사용하는 표현이다.

Mời anh vào. 들어오세요. Mời anh ăn cơm. 밥을 드세요.
Mời anh uống nước. 물을 드세요. Mời anh xem. 보세요.
Mời anh nói ý kiến. 의견을 말해보세요. Mời anh đọc theo tôi. 따라 읽어보세요.

> **Tip**
> mời 대신 xin mời를 사용할 수 있다.
> Xin mời anh vào. 들어오세요.   Xin mời ngồi. 앉으세요.   Xin mời cứ tự nhiên. 편하게 계세요.

문법 테스트 ③ 주어진 단어를 사용하여 〈보기〉와 같이 문장을 쓰세요.

| 보기 | 밥 / 드시다 ▶ Mời anh ăn cơm.

01 메뉴 / 보다 ▶ _____

02 커피 / 마시다 ▶ _____

D bằng : ~(으)로 (수단, 방법, 재료)

동등비교 표현에서 배운 **bằng**은 '만큼'이란 의미 외에 다음과 같이 다양한 의미로 사용된다.

① bằng + 수단

Tôi đi học bằng xe buýt. 나는 버스로 학교에 가요.
Người Việt Nam ăn cơm bằng đũa. 베트남 사람은 젓가락으로 밥을 먹어요.

② bằng + 방법

Chị làm món ăn này bằng cách nào? 이 음식을 어떻게 만들었어요?
Tên trộm đã lấy tiền bằng cách nào? 도둑이 돈을 어떻게 훔쳐갔어요?

③ bằng + 재료

Cái cốc này làm bằng thủy tinh. 이 컵은 유리로 만들었어요.
Cái nhẫn này làm bằng vàng. 이 반지는 금으로 만들었어요.

문법 테스트 ④ 주어진 단어를 바르게 배열하여 문장을 만드세요.

01 Hoa và Nana / tiếng Việt / bằng / nói chuyện

▶ _____

02 uống / anh ấy / bia 맥주 / cốc / bằng

▶ _____

표현넓히기 *Mở rộng*

◆ 초대

- Mời anh tới nhà tôi chơi. 우리 집에 한번 놀러 오세요.
- Khi nào rảnh, tới nhà tôi chơi nhé? 언제 시간이 되면 집에 놀러 올래요?
- Cuối tuần này, mời anh tới nhà tôi. 이번 주말에 우리 집에 놀러 오세요.
- Ngày mai mời anh đến nhà tôi ăn cơm. 내일 우리 집에서 함께 식사를 해요.
- Mời anh vào. 들어오세요.
- Mời vào chơi. 어서 들어오세요.
- Mời anh vào nhà. 안으로 들어오세요.
- Mời vào đây. 이쪽으로 들어오세요.
- Không phải tiễn đâu. Thôi anh hãy vào đi. 나오지 마세요. 그만 들어가세요.
- Anh ở lại dùng bữa với chúng tôi nhé. 우리와 함께 식사를 해요.
- Mời anh ăn cơm.(Mời anh dùng cơm./Mời anh xơi cơm.) 드세요.
- Mời anh ăn thêm chút nữa. 조금 더 드세요.
- Chắc là không ngon lắm, nhưng anh hãy ăn thử một chút đi.
  맛은 좋지 않지만, 좀 드셔 보세요.
- Món ăn này rất ngon, mời anh ăn thử. 이 음식이 아주 맛있어요. 맛 보세요.
- Anh ăn thêm một bát nữa nhé. 한 그릇 더 드세요.
- Mời anh cứ ăn tự nhiên. 편하게 드세요.
- Mời anh ăn ngon miệng. 맛있게 드세요.
- Cảm ơn anh đã mời tôi. 초대해 주셔서 감사합니다.
- Khi nào rảnh, tôi sẽ tới nhà anh chơi. 시간 있을 때 놀러 갈게요.
- Hôm nay tôi bận, hẹn anh lần sau sẽ ở lại ăn cơm.
  오늘은 바빠서 다음번에 꼭 식사를 같이 할게요.
- Tôi ăn đủ rồi/Tôi no rồi. 배가 부릅니다.
- Cho tôi bát cơm nữa. 밥 한 공기 더 주세요.

 주요단어 손님 초대

방문하다	thăm/đến chơi	식사하다	ăn cơm
손님	khách	먹어보다	ăn thử
들어오다	vào	선물을 주다	tặng quà
초대하다	mời	이야기하다	nói chuyện
시간이 있다, 한가하다	có thời gian/rảnh	아침 식사	bữa sáng
요리하다	nấu ăn	점심 식사	bữa trưa
식사 준비하다	chuẩn bị cơm	저녁 식사	bữa tối
머물다	ở lại	반찬	món ăn kèm
더, 추가하다	thêm	'먹다'의 존칭, 잡수다	dùng/xơi (cơm)
배고프다	đói/đói bụng	상을 차리다	dọn bàn ăn
배부르다	no/no bụng	주식	món chính
돌아가다	đi về	후식	món tráng miệng

6. Anh John nói là chủ nhật tuần này sẽ đến nhà chúng ta chơi và ăn cơm.

연습문제

1. 다음 빈칸에 알맞은 단어를 〈보기〉에서 골라 쓰세요.

보기	nói rằng	bằng	ăn cơm	mời	ngày mai
	hỏi	nên	ăn thử	nghỉ ngơi	người Việt Nam

(1) Hoa _____ cô ấy sẽ đi thành phố Hồ Chí Minh vào ngày mai.
(화는 내일 호치민 시에 가겠다고 말했어요.)

(2) Trang cảm thấy đau bụng _____ cô ấy đi bệnh viện.
(장은 배가 아파서 병원에 갔어요.)

(3) Tôi đi học _____ xe máy.
(오토바이를 타고 학교에 가요.)

(4) Mời anh _____ với gia đình chúng tôi.
(우리 가족과 함께 식사를 같이 하세요.)

(5) Hoa _____ tôi có thể đi xem phim cùng cô ấy không.
(화는 나에게 영화를 같이 보러 갈 수 있냐고 물었어요.)

(6) _____ anh uống cà phê.
(커피를 드세요.)

(7) Phở Việt Nam rất ngon, mời anh _____ một lần.
(베트남 쌀국수가 아주 맛있어요. 한번 드셔 보세요.)

(8) Vì Tae San bị ốm nên anh ấy đang ở nhà _____.
(태산 씨는 몸이 아파서 집에서 쉬고 있어요.)

(9) Trang hỏi tôi _____ sẽ làm gì.
(장이 나에게 내일 뭐 할 거냐고 물었어요.)

(10) _____ ăn cơm bằng đũa.
(베트남 사람은 젓가락으로 밥을 먹어요.)

2. 다음 대화의 빈칸에 알맞은 말을 쓰세요.

   A: Mời chị (1)_____ nhà.

   B: Cảm ơn anh.

   A: (2)_____ chị ngồi. Chị muốn (3)_____ gì?

   Cà phê (4)_____ trà?

   B: Tôi (5)_____ cà phê.

   A: Mời chị cứ tự nhiên.

3. 대화를 듣고, 빈칸을 채우세요. MP3 **06-3**

   A: Mời anh _____.

   B: Cảm ơn chị.

   A: _____ cứ tự nhiên.

   B: Món ăn này _____ quá. Đây là món gì vậy?

   A: À, đây là _____.

   B: Món ăn này _____?

   A: Món này làm _____ thịt lợn, _____, miến và rau.

베트남 알아보기

· 베트남 가정 방문 시 필요한 행동이나 표현들 ·

베트남 가정을 방문할 때에는 방문하려는 집의 주인에게 미리 연락하여 약속을 잡아야 합니다. 그리고 방문하는 날에 앞서 과일이나 과자, 꽃 등의 작은 선물을 준비하는 것이 좋으며, 방문 날짜에는 약속 시간보다 5분 정도 일찍 도착하는 것이 좋습니다.
상대방 가족들을 만났을 때에는 나이가 많은 어른들께 먼저 정중하게 인사를 올려야 합니다. 집주인의 안내에 따라 집안으로 들어가면 집주인이 권하는 자리에 앉습니다. 보통 집주인은 가장 안쪽에 앉고, 손님은 출입문과 가까운 자리에 앉습니다.

베트남 사람들은 보통 꽃 선물을 좋아합니다. 열대기후 나라이기 때문에 예쁜 꽃들이 다양하고 가격이 저렴하여 주는 사람이나 받는 사람 모두 부담스럽지 않기 때문입니다. 그런데 꽃을 선물로 준비할 때 주의할 점이 있습니다. 꽃 가운데 **hoa huệ, hoa cúc vàng**은 피해야 하는데, 이 꽃은 제사나 장례식장에서 사용하는 꽃이기 때문입니다.

hoa huệ

혹시 집주인이 간식이나 음료를 대접한다면, 맛있게 먹어주는 것이 예의입니다. 술을 마실 경우에는 취할 정도까지 마시는 것은 예의에 어긋납니다. 식사를 대접받을 경우, 여성이라면, 요리하는 것을 도와주면 집주인이 좋아할 것입니다. 식사를 할 때에는 상대방에게 먼저 "맛있게 드세요(**Xin mời**)"라고 인사합니다.

방문한 집에서 식사를 대접하는 경우가 아니라면 늦은 시간까지 오래 머무는 것은 좋지 않습니다. 집으로 돌아갈 때는 "초대해 주셔서 감사합니다(**Cảm ơn vì đã mời tôi**)", "오늘 즐거웠습니다, 감사합니다(**Xin cảm ơn, hôm nay tôi đã rất vui**)" 등의 인사를 합니다.

복습하기 (1)

01. 다음을 읽고, 관련된 내용끼리 연결하세요.

> 화는 베트남 사람입니다. 화는 대학생입니다.
> 존은 미국 사람입니다. 존은 베트남어를 잘합니다.
> 태준은 한국 사람입니다. 태준은 베트남어를 배운 지 1달이 되었습니다.
> 나나는 중국 사람입니다. 나나는 베트남어 발음이 좋습니다.

(1) Hoa • • Hàn Quốc • • Sinh viên
(2) John • • Trung Quốc • • Nói tiếng việt giỏi
(3) Tae Joon • • Việt Nam • • Phát âm tiếng Việt tốt
(4) Nana • • Mỹ • • Học tiếng Việt 1 tháng

02. 다음 글을 읽고 질문에 답하세요.

(1) Hàng ngày, Quân bắt đầu làm việc từ 9 giờ sáng. Khi làm việc Quân luôn mặc áo blouse trắng. Quân làm việc ở một tòa nhà rất rộng, có nhiều phòng và nhiều giường.

Quân làm nghề gì?

▶ _____

(2) Công việc của Nga rất bận. Nga làm việc ở một nhà hàng nổi tiếng. Nga không những biết nấu rất nhiều món ăn ngon của Việt Nam, mà Nga còn biết nấu nhiều món ăn của các nước khác như: Nhật Bản, Hàn Quốc, Trung Quốc.

Nga làm nghề gì?

▶ _____

(3) Huy đã làm việc ở công ty JG được một năm. Hàng ngày, Huy đi làm lúc 8 giờ sáng và trở về lúc 7 giờ tối. Công việc của Huy rất bận và Huy thường xuyên phải đi công tác.

Huy làm nghề gì?

▶ _____

03. 다음 빈칸에 알맞은 말을 〈보기〉에서 골라 쓰세요.

보기	được	công việc	có thể	không biết	luôn luôn
	phải	đau bụng	thuê	mới	ước gì

(1) Tôi nói _____ một chút tiếng Việt.

(2) Tae San _____ đến Việt Nam được một tuần.

(3) John _____ viết và đọc tiếng Việt.

(4) Nana biết tiếng Việt nhưng _____ tiếng Hàn Quốc.

(5) Dạo này, _____ của tôi rất bận.

(6) _____ tôi được nghỉ học ngày mai.

(7) Ngày mai, John _____ đi công tác cùng giám đốc công ty.

(8) Quân _____ uống cà phê vào buổi sáng.

(9) Tôi bị _____ từ buổi sáng.

(10) Tôi muốn _____ ngôi nhà này 1 năm.

04. 주어진 단어들과 같은 종류의 단어들을 쓰세요.

보기	(직업)	giáo viên, bác sĩ, ca sĩ, y tá, đầu bếp, cảnh sát, …

(1) (언어)   tiếng Việt, tiếng Hàn, _____

(2) (취미)   xem phim, nghe nhạc, _____

(3) (기본 동사)   học, ăn, ngủ, _____

(4) (방)   phòng khách, phòng ngủ, _____

(5) (질병)   đau đầu, sốt, cảm cúm, _____

(6) (교통 수단)   ô tô, xe máy, xe đạp, _____

05. 주어진 단어를 올바르게 배열하여 문장을 완성하세요.

(1) tôi / được / 2 tuần / Việt Nam / mới / đến
▶ _____

(2) John / công tác / phải / thường xuyên / đi
▶ _____

(3) tôi / phim hành động / phim hài / hơn / thích / hoặc / phim lãng mạn
▶ _____

(4) Nana / có / và đọc báo / dậy sớm / vào buổi sáng / thói quen
▶ _____

(5) chú Quân / vừa / đang / ngồi / nghe / đọc sách / nhạc cổ điển / vừa
▶ _____

(6) cô Hiền / uống / không có / cà phê / thói quen / vào buổi tối
▶ _____

(7) tiện nghi / ngôi nhà này / thoáng mát / mà còn / rất / không những
▶ _____

(8) từ / bị cảm / đêm hôm qua / sốt / và / tôi
▶ _____

(9) uống thuốc / trong thời gian / anh / uống rượu / hay hút thuốc / không được
▶ _____

(10) Nana / đi / với Hoa / xem phim / sẽ / nói là / vào cuối tuần
▶ _____

06. 주어진 답변에 알맞은 질문을 쓰세요.

> | 보기 |　　　A: Anh là người nước nào?
> 　　　　　　B: Tôi là người Hàn Quốc.

(1) A: _____ ?

　　B: Món nào cũng được.

(2) A: _____ ?

　　B: Tôi sẽ học tiếng Việt ở Việt Nam trong 3 tháng.

(3) A: _____ ?

　　B: Hoa thích phim hài nhất.

(4) A: _____ ?

　　B: Thói quen của tôi là uống một cốc cà phê trước khi làm việc.

(5) A: _____ ?

　　B: Công việc của tôi dạo này rất bận và vất vả.

(6) A: _____ ?

　　B: Tôi bị đau chân.

(7) A: _____ ?

　　B: Tiền thuê nhà là 3 triệu đồng một tháng.

(8) A: _____ ?

　　B: Hoa nói là cô ấy đã đi du lịch Nha Trang.

(9) A: _____ ?

　　B: Vâng, tôi ăn bằng đũa được.

(10) A: _____ ?

　　B: Cô ấy vừa xinh đẹp vừa thông minh.

07. 다음 문장을 완성하세요.

(1) Tôi thấy _____
(머리가 아프고 목도 아프고 콧물이 나요.)

(2) Tôi thấy _____
(현기증이 납니다.)

(3) Tôi thấy _____
(가슴이 답답해서 숨쉬기가 어렵습니다.)

(4) Thuốc này uống _____
(이 약은 매일 식후 2번 복용하면 됩니다.)

(5) Thuốc này uống _____
(이 약은 매일 잠을 자기 전에 1번만 복용하세요.)

(6) Trong thời gian uống thuốc, anh đừng _____
(약을 복용하는 동안 술을 마시지 마세요.)

(7) Nếu tôi khỏi hẳn thì _____
(완전히 나아져도 재검사를 해야 되나요?)

08. 이야기를 듣고, 질문에 답하세요.　　　　　　　　　　　　🎧 MP3 **RE1-1**

(1) Sở thích của Nana là gì?

▶ _____

(2) Nana có thói quen gì?

▶ _____

(3) Khi rảnh, Nana thường làm gì?

▶ _____

09. 대화를 듣고, 빈칸을 채우세요.   MP3 **RE1-2**

(1) John: Sở thích của Hoa là gì?

    Hoa: Mình thích đọc _____, nghe _____.

    John: Thế à? Hoa có thích xem phim không?

    Hoa: Có, mình thích phim _____.

    John: Vậy, khi nào có _____ chúng ta đi xem phim nhé.

(2) John: Nghe nói bác có nhà _____, phải không ạ?

    Chủ nhà: Đúng. Cháu muốn _____ bao lâu?

    John: Cháu _____ khoảng 6 tháng.

    Chủ nhà: Mời cháu _____.

    John: Tiền thuê nhà _____ một tháng ạ?

    Chủ nhà: 4 triệu một tháng.

(3) Tae San: Chào bác sĩ.

    Bác sĩ: Chào anh. Mời _____. Anh bị _____?

    Tae San: Tôi bị _____.

    Bác sĩ: Anh có bị _____ không?

    Tae San: Dạ, tôi có bị sốt.

    Bác sĩ: Để tôi khám xem. Anh bị _____ rồi.

Bài 07

Tôi muốn đổi một ít tiền từ đô la sang tiền Việt.

달러를 베트남 돈으로 조금 환전하고 싶습니다.

학습내용

- từ A sang/ra B: A에서 B(으)로
- 정중하게 부탁하는 표현:
  vui lòng, xin hãy
- càng ~ càng …:
  ~할수록 점점 더 …하다
- so với 비교 대상 thì 주어 ~ hơn :
  비교대상에 비해 주어가 더 ~하다

Nhân viên	Chào anh, tôi có thể giúp gì cho anh?
Tae San	Tôi muốn đổi một ít tiền từ đô la sang tiền Việt.
Nhân viên	Vâng, anh muốn đổi bao nhiêu?
Tae San	Tôi muốn đổi 500 đô la.
Nhân viên	Anh vui lòng điền vào mẫu đơn này và ký tên.
Tae San	Vâng.
Nhân viên	Anh vui lòng cho tôi xem chứng minh thư hoặc hộ chiếu.
Tae San	Vâng, đây là hộ chiếu của tôi.
	À, tỷ giá đô la hôm nay là bao nhiêu ạ?
Nhân viên	1 đô là 22.900 đồng ạ.
Tae San	Ồ, tỷ giá đô càng ngày càng tăng nhỉ[*].
Nhân viên	Vâng, so với hôm qua thì hôm nay tỷ giá đã tăng hơn 500 đồng.
	Tiền của anh đây, tất cả là 11 triệu 450 nghìn đồng.
	Anh có cần gì nữa không ạ?
Tae San	Không, cảm ơn chị.

해석

은행원	안녕하세요. 무엇을 도와드릴까요?
태산	달러를 베트남 돈으로 환전하고 싶습니다.
은행원	네, 얼마를 환전하고 싶습니까?
태산	500달러를 환전하고 싶습니다.
은행원	이 양식을 작성하고 서명해주세요.
태산	네.
은행원	주민등록증이나 여권을 보여주세요.
태산	네, 제 여권은 여기 있습니다. 아, 오늘 달러 환율은 어떻습니까?
은행원	환율은 1달러에 22,900동입니다.
태산	아, 달러 환율이 나날이 오르네요.
은행원	네, 어제에 비해 오늘 환율이 500동 더 올랐습니다. 고객님 돈이 여기 있습니다. 모두 1,145만 동입니다. 더 도와드릴 것이 있나요?
태산	아니오, 없습니다. 감사합니다.

---

* **nhỉ**는 자기의 의견, 생각, 평가 등에 대해 동의를 바랄 때는 쓰는 조사로, 문장 끝에 위치한다.
Hôm nay trời đẹp nhỉ? 오늘 날씨가 좋지?
Tiếng Việt khó nhỉ? 베트남어가 어렵지?

단어

- đổi 바꾸다, 교환하다
- đô la(=đô) 달러
- mẫu 양식
- chứng minh thư 주민등록증
- càng ~ càng … ~할수록 …하다
- so với ~ thì … ~에 비하여 …하다
- triệu 백만
- một ít 조금, 약간
- vui lòng (기쁜 마음으로) ~ 해주세요
- ký tên 서명하다
- tỷ giá 환율
- nghìn 천
- từ A sang B A에서 B로
- điền 써넣다, 기입하다
- hộ chiếu 여권
- đồng 베트남 동
- tăng 증가하다
- tất cả 모두, 다

문법 Ngữ pháp

▶ 대화 다시 보기

1. Tôi muốn đổi một ít tiền từ đô la sang tiền Việt.

2. Anh vui lòng cho tôi xem chứng minh thư hoặc hộ chiếu.

3. Ồ, tỷ giá đô càng ngày càng tăng nhỉ.

4. So với hôm qua thì hôm nay tỷ giá đã tăng hơn 500 đồng.

A từ A sang/ra B : A에서 B(으)로

'từ A sang/ra B'는 아래 3가지 경우에만 사용한다.

(1) 환전할 때

- từ đô la Mỹ sang đồng Việt : 미국 달러를 베트남 동으로
- từ yên Nhật ra đồng Việt : 일본 엔을 베트남 동으로
- từ won Hàn sang đồng Việt : 한국 원을 베트남 동으로

Cho tôi đổi tiền từ đô la Mỹ ra đồng Việt. 달러를 베트남 동으로 환전해주세요.
Anh ấy muốn đổi từ tiền won sang tiền nhân dân tệ.
그는 원화를 위안화로 환전하고 싶습니다.

(2) 언어를 바꿀 때

> • từ tiếng Anh sang tiếng Việt : 영어를 베트남어로
> • từ tiếng Hàn ra tiếng Việt : 한국어를 베트남어로
> • từ tiếng Việt sang tiếng Nga : 베트남어를 러시아어로

Tôi phải dịch tài liệu này từ tiếng Việt ra tiếng Hàn.
이 자료는 베트남어를 한국어로 번역해야 합니다.

Nana đã dịch bài thơ này từ tiếng Trung Quốc sang tiếng Việt.
나나는 이 중국어 시를 베트남어로 번역했습니다.

(3) 위치, 장소, 구역 등을 바꿀 때

> • từ trường đại học Seoul sang trường đại học Chung-Ang 서울대에서 중앙대로
> • từ khu vực thành phố sang khu vực nông thôn 도시에서 시골로

Anh ấy chuyển từ trường đại học Seoul sang trường đại học Chung-Ang.
그는 서울대학교에서 중앙대학교로 전학했습니다.

Nhà hàng ấy đã chuyển từ thành phố Seongnam sang thành phố Namyangju.
그 식당은 성남시에서 남양주시로 옮겼습니다.

문법 테스트 ① 'từ…sang/ từ…ra'를 사용하여 〈보기〉와 같은 문장을 만드세요.

| 보기 | cho tôi / đổi tiền / đô la Mỹ / đồng Việt
▶ Cho tôi đổi tiền từ đô la Mỹ sang đồng Việt. |

01 Tae Joon / đã dịch / quyển sách này / tiếng Hàn / tiếng Việt

▶ _____

02 bố tôi / đổi / tiền won / tiền Việt

▶ _____

단어 dịch 번역하다   chuyển 전학하다

문법 Giải thích ngữ pháp

Ⓑ 정중하게 부탁하는 표현 : vui lòng, xin hãy

동사 앞에 **vui lòng** 또는 **xin hãy**를 붙이면 '~해 주시겠어요?', '~해 주세요'라는 표현이 된다. 상대방에게 어떤 행동을 해줄 것을 요청하는 표현이다. 'vui lòng'은 '기쁜 마음'이라는 뜻으로, '(기쁜 마음으로) ~해 주세요'라는 의미로 이해할 수 있다. vui lòng 앞에 xin을 붙이기도 하며, xin hãy은 상대방을 좀 더 배려하는 공손한 표현이다.

Xin hãy viết tên ở đây.   여기에 이름을 써 주세요.
Anh **vui lòng** giúp tôi được không?   저 좀 도와주시겠어요?
Xin hãy đóng cửa.   문 좀 닫아 주세요.
Xin vui lòng đợi tôi một lát.   잠깐만 기다려 주세요.

📝 문법 테스트 ②   다음 문장을 베트남어로 쓰세요.

01 천천히 말씀해 주세요.
▶ _____

02 여기 앉아서 기다려 주세요.
▶ _____

Ⓒ càng ~ càng … : ~할수록 점점 더 …하다

상태를 나타내는 동사나 형용사의 앞에 써서 시간이 지남에 따라 상태가 점점 변해감을 나타낸다.

▪ **명사 + càng ngày càng + 형용사** : (명사)가 날이 갈수록 ~하다

    Cô ấy càng ngày càng đẹp. 그녀가 날이 갈수록 예뻐집니다.
    Việc kinh doanh càng ngày càng khó khăn. 장사가 날이 갈수록 더 어려워집니다.
    Giá cả càng ngày càng tăng. 값이 날이 갈수록 올라갑니다.

☑ 주어1 + càng + 서술어1, 주어2 + càng + 서술어2 : 주어1 ~하면 할수록 주어2 ~ 하다
(앞 절과 뒷 절의 주어가 다름)

Tôi càng nói, anh ấy càng nổi giận. 내가 말을 하면 할수록 그는 더 화나요.
Giám đốc càng khen ngợi, chị ấy càng cố gắng.
사장님께서 칭찬해주면 할수록 그녀가 더 많이 노력한다.

☑ 주어 + càng + 동사/형용사 + càng + 동사/형용사
Càng + 동사/형용사 + 주어 + càng + 동사/형용사 : ~할수록 점점 더 …하다
(주어 생략 가능, 앞 절과 뒷 절의 주어가 같음)

Càng học tiếng Việt tôi càng (thấy) khó.
(= Tôi càng học tiếng Việt càng thấy khó.) 베트남어를 배울수록 어려워집니다.
Quyển sách này càng đọc càng (thấy) hay. 이 책은 읽으면 읽을수록 재미있습니다.
John càng làm việc chăm chỉ càng kiếm được nhiều tiền.
존이 열심히 일할수록 돈을 많이 벌 수 있습니다.

> **Tip**
>
> thấy + 형용사
> thấy는 '(어떤) 느낌이 있다'라는 의미로, 형용사 앞에 쓴다.

문법 테스트 ③ 다음 문장을 베트남어로 쓰세요.

01 장 씨가 날이 갈수록 예뻐집니다.

    ▶ _____

02 베트남 경제가 날이 갈수록 발전합니다. (phát triển 발전하다)

    ▶ _____

03 날씨가 더우면 더울수록 음식이 빨리 상합니다. (hỏng 상하다)

    ▶ _____

D so với 비교 대상 thì 주어 ~ hơn : 비교대상에 비해 주어가 더 ~하다

so với는 '~에 비해'라는 의미이다. so với 뒤에는 비교의 대상을 쓰며, thì 뒤에는 비교의 내용을 쓴다. so với는 항상 hơn을 동반하여 우등 비교 표현이 된다. 'so với + 비교 대상'은 문장의 앞에 올 수도 있고 뒤에 올 수도 있다.

- **so với + 명사 1 + thì + 명사 2 + 형용사 + hơn** : (명사 1)에 비해 (명사 2)가 더 ~하다
  = 명사 2 + 형용사 + hơn (+ so với) + 명사 1

  So với Tae Joon thì Tae San nhiều tuổi hơn. 태준 씨에 비해 태산 씨가 나이가 더 많습니다.
  = Tae San nhiều tuổi hơn Tae Joon.

  So với Nana thì Hoa học tiếng Anh giỏi hơn. 나나에 비해 화가 영어를 더 잘합니다.
  = Hoa học tiếng Anh giỏi hơn Nana.

  So với hôm qua thì hôm nay nóng hơn. 어제에 비해 오늘은 더 덥습니다.
  = Hôm nay nóng hơn hôm qua.

- **so với + 명사 1 + thì + 명사 2 + đỡ/ít 형용사 + hơn** : (명사 1)에 비해 (명사 2)가 덜 ~하다

  So với tiếng Trung Quốc thì tiếng Việt đỡ phức tạp hơn.
  = Tiếng Trung Quốc phức tạp hơn tiếng Việt.
  중국어에 비해 베트남어가 덜 복잡합니다.

  So với sếp cũ thì sếp mới của tôi bây giờ đỡ khó tính hơn.
  = Sếp cũ của tôi khó tính hơn sếp mới của tôi.
  옛 직장의 상사에 비해 지금 제 상사가 덜 까다롭습니다.

문법 테스트 ④ 다음 문장을 베트남어로 쓰세요.

01 베트남의 도로는 한국 도로에 비해 좁습니다. (hẹp 좁다)

　▶ _____

02 이 가방에 비해 저 가방이 덜 비쌉니다.

　▶ _____

03 작년 여름에 비해 올해 여름이 덜 덥습니다.

　▶ _____

표현넓히기 Mở rộng

➜ 은행

- 고객

- Tôi muốn mở tài khoản. 계좌를 개설하고 싶습니다.
- Tôi muốn lập tài khoản tiết kiệm. 적금 통장을 개설하고 싶습니다.
- Tôi muốn đóng tài khoản. 통장을 해지하고 싶습니다.
- Lệ phí đổi tiền là bao nhiêu? 환전 수수료는 얼마입니까?
- Tôi quên mật khẩu rồi. 비밀번호를 잊어버렸습니다.
- Máy rút tiền gần nhất ở đâu? 가장 가까운 현금인출기가 어디에 있습니까?
- Tôi muốn rút tiền. 출금을 하고 싶습니다.
- Tôi muốn đổi tiền. 환전을 하고 싶습니다.
- Hãy đổi sang tiền Việt cho tôi. 베트남 돈으로 환전해주세요
- Hãy gửi tiền vào tài khoản này cho tôi. 돈을 이 계좌로 보내주세요
- Hãy cho tôi hóa đơn chuyển tiền. 송금 영수증을 주세요.
- Tôi muốn chuyển tiền sang số tài khoản này. 돈을 이 계좌번호로 송금하고 싶습니다.
- Tôi muốn biết số dư trong tài khoản. 잔액을 알고 싶습니다.
- Tôi bị mất thẻ ngân hàng. 카드를 잃어버렸습니다.
- Tỉ giá hôm nay thế nào? 오늘 환율은 어떻습니까?
- Lãi suất là bao nhiêu? 이율은 얼마나 되나요?
- Tôi muốn đăng ký dịch vụ chuyển tiền tự động. 자동이체를 신청하고 싶습니다.

- 은행 직원

- Vui lòng hãy lấy phiếu chờ và ngồi đợi. 번호표를 뽑고 잠시만 기다려주세요.
- Anh muốn gửi bao nhiêu? 얼마를 보내고 싶으세요?
- Vui lòng cho tôi biết anh muốn gửi tiền theo phương thức nào?
  돈을 어떤 방식으로 보내고 싶습니까?
- Trước tiên, anh vui lòng điền và ký tên vào mẫu này. 우선, 이 양식을 작성하고 서명해주세요.
- Anh cho tôi xem chứng minh thư hoặc hộ chiếu. 주민등록증이나 여권을 보여주세요.
- Anh vui lòng nhập mật khẩu. 비밀번호를 입력해주세요.

표현 넓히기 Mở rộng

주요단어   MP3 07-2

● 화폐

(종이) 지폐	tiền (giấy)	수표	ngân phiếu
(플라스틱) 지폐	tiền (polymer)	동전	tiền xu
현금	tiền mặt	잔돈	tiền lẻ

[국가별 화폐 단위]

한국 (Hàn Quốc)	won (원)	영국 (Anh)	bảng anh (파운드)
베트남 (Việt Nam)	đồng (동)	독일 (Đức)	euro (유로)
일본 (Nhật Bản)	yên (엔)	러시아 (Nga)	rúp (루블)
중국 (Trung Quốc)	nhân dân tệ (위안)	미국 (Mỹ)	đô la (달러)

● 은행

은행원	nhân viên ngân hàng	현금카드(직불카드)	thẻ tiền mặt
통장	sổ tài khoản	외환	ngoại hối
계좌번호	(số) tài khoản	비밀번호	mật khẩu
이자	lãi suất	수수료	lệ phí
은행 카드	thẻ ngân hàng	환율	tỷ giá
신용 카드	thẻ tín dụng	현금인출기(ATM)	máy rút tiền
창구	quầy giao dịch	예금	tiền gửi

● 은행 업무

통장을 개설하다	lập tài khoản, mở sổ tài khoản
계좌를 개설하다	mở tài khoản
통장정리하다	cập nhật sổ tài khoản
예금하다	gửi tiền vào ngân hàng

입금하다	nạp tiền, nhập tiền
출금하다	rút tiền
환전하다	đổi tiền
송금하다	chuyển tiền
국내 송금하다	chuyển tiền trong nước
해외 송금하다	chuyển tiền ra nước ngoài
자동이체를 하다	chuyển tiền tự động
계좌를 이체하다	chuyển tiền qua tài khoản
대출하다	vay tiền
적금을 들다	gửi tiết kiệm định kỳ
동전을 교환하다	đổi tiền xu
수수료를 내다	trả tiền lệ phí, hoa hồng
인터넷뱅킹을 하다	giao dịch ngân hàng qua mạng

연습문제

1. 다음 글을 읽고 질문에 답하세요.

> Máy ATM có thể sử dụng được 24 giờ, nên rất tiện lợi. Nếu muốn rút tiền ở máy ATM thì trước tiên phải đút Thẻ tiền mặt vào máy ATM. Sau đó bấm vào nút 'Tiền mặt' trên màn hình. Nhập 4 số bí mật và nhập số tiền muốn rút. Tiền sẽ ra sau khi nhận lại Thẻ tiền mặt và hóa đơn.

(1) 무엇에 대한 글입니까?

　① Cách rút tiền mặt ở máy ATM

　② Cách mở sổ tài khoản

　③ Cách chuyển tiền ở máy ATM

(2) 현금을 찾는 방법을 순서대로 쓰세요.

　① Đút Thẻ tiền mặt vào.

　② _____

　③ _____

　④ _____

　⑤ _____

　⑥ Lấy tiền ra.

단어 sử dụng 사용하다 | tiện lợi 편하다 | trước tiên 먼저 | đút 넣다 | màn hình 화면 | số bí mật 비밀번호 | hóa đơn 영수증 | cách 방법

2. 주어진 단어들을 사용하여 〈보기〉와 같이 대화를 만드세요.

> |보기| mở tài khoản / phải có thẻ chứng minh nhân dân
>
>   A: Nếu (tôi) muốn mở tài khoản thì phải làm thế nào?
>
>   B: Nếu muốn mở tài khoản thì phải có thẻ chứng minh nhân dân

(1) rút tiền / phải có Thẻ tiền mặt

     A: _____

     B: _____

(2) chuyển tiền / phải có số tài khoản

     A: _____

     B: _____

3. 대화를 듣고, 질문에 답하세요.   🎵 MP3 **07-3**

(1) Ngân hàng Việt Nam làm việc từ mấy giờ đến mấy giờ?

     ▶ _____

(2) Nếu muốn mở tài khoản thì cần có cái gì?

     ▶ _____

(3) Khi mở tài khoản, có thể nhận thẻ tiền mặt ngay không?

     ▶ _____

베트남 알아보기

· 베트남의 화폐 ·

베트남의 화폐는 동(Dong)이다. 영어 약자로는 VND라고 표기를 하는데 의미는 Vietnamese Dong이다. 베트남의 화폐는 지폐와 동전이 있으며, 지폐와 동전 모두 '동'이라고 한다.

지폐 단위는 100동, 200동, 500동, 1000동, 2000동, 5000동, 1만 동, 2만 동, 5만 동, 10만 동, 20만 동, 50만 동으로 이루어져 있으며, 가장 큰 화폐 단위는 50만 동이다. 지폐는 단위별로 크기, 색상 등이 모두 다르지만 모든 지폐의 앞면에는 공통적으로 호치민의 초상화가 그려져 있다.

1만 동부터 50만 동까지는 플라스틱 재질로 만들어져 오래 사용이 가능하다. 5000동 이하 2000, 1000, 500, 200동 화폐의 재질은 종이이다. 동전으로는 5000동 이하 여러 단위가 있지만 2011년 4월부터 발행이 중지되었다.

지폐에는 위폐 방지 기술로 2군데에 투명 플라스틱 처리를 해놓았는데, 큰 투명 플라스틱 부분을 비춰 보면 금액이 홀로그램으로 적혀 있다.

종이 지폐

플라스틱 지폐   동전

Bài 08

Anh có biết bảo tàng thành phố nằm ở đâu không?

시내 박물관이 어디 있는지 아세요?

학습내용

- không ~ lắm: 별로 ~하지 않다
- thay vì: ~ 대신에
- thì còn gì bằng: 더할 나위가 없다
- 이동 동사

Hội thoại

Tae Joon	Xin lỗi, chị vui lòng cho hỏi.
Người đi đường	Vâng, anh muốn hỏi gì?
Tae Joon	Chị có biết bảo tàng thành phố nằm ở đâu không ạ?
Người đi đường	Bảo tàng thành phố nằm ở đường Cách Mạng, bên cạnh bưu điện thành phố.
Tae Joon	Đi bộ từ đây đến đó có xa không ạ?
Người đi đường	Không xa lắm. Nhưng anh nên đi xe buýt thay vì đi bộ. Để tôi chỉ đường cho.
Tae Joon	Ôi, được thế thì còn gì bằng.
Người đi đường	Anh đi thẳng đường này, đến ngã ba thì rẽ phải, sau đó đi tiếp 20m thì sẽ nhìn thấy một bến xe buýt. Anh lên xe buýt số 220, đi 5 bến thì xuống. Bảo tàng thành phố nằm đối diện với bến xe đó.

해석

태준	실례지만, 잠시 묻겠습니다.
행인	네, 무엇을 묻고 싶으세요?
태준	시내 박물관이 어디에 있는지 아세요?
행인	시내 박물관은 깍망 거리에 있어요. 바로 시내의 우체국 옆에 있어요.
태준	여기부터 거기까지 걸어가면 많이 먼가요?
행인	별로 멀지 않아요. 그런데 걷는 대신 버스 타는 것이 좋아요. 길을 알려드릴게요.
태준	네, 그렇게만 해주시면 더할 나위가 없죠.
행인	이 길로 직진하다가 삼거리에서 우회전하세요. 그 다음에 20m 정도 더 가면 버스 정류장 하나가 있어요. 거기에서 220번 버스를 타고 5번째 정류장에서 내리세요. 시내 박물관은 그 정류장 건너편에 있어요.

단어

- hỏi 묻다/질문하다
- nằm 눕다, ~에 있다
- bưu điện 우체국
- thay vì ~는 대신에
- đi thẳng 직진하다
- tiếp 계속
- đối diện 건너편
- bảo tàng 박물관
- đường cách mạng 깍망 거리
- đi bộ 걸어가다
- chỉ đường 길을 알려주다
- ngã ba 삼거리
- bến xe buýt 버스 정류장
- thành phố 도시 / 시내
- bên cạnh ~옆에
- xa 멀다
- thì còn gì bằng 더할 나위가 없다
- rẽ phải 우회전하다
- xuống 내리다

문법 Ngữ pháp

▶ 대화 다시 보기

1. Không xa lắm.

2. Nhưng anh nên đi xe buýt thay vì đi bộ

3. Ôi, được thế thì còn gì bằng.

4. Anh đi thẳng đường này, đến ngã ba thì rẽ phải.

A không ~ lắm : 별로 ~하지 않다

정도 부사로, 뒤에 형용사나 동사를 수반하여 '별로/그다지 ~하지 않다'라는 의미이다.

Tiếng Việt không khó lắm. 베트남어는 별로 어렵지 않습니다.
Đi từ nhà đến trường không xa lắm. 집에서 학교까지 별로 멀지 않습니다.
Tôi không muốn đi lắm. 나는 그다지 가고 싶지 않아요.
Tôi không thích anh ấy lắm. 나는 그를 그다지 좋아하지 않아요.

> **Tip**
>
> 'không + 형용사 + lắm' 대신, 많은 경우에 'hơi + 형용사'를 사용한다. hơi는 '약간'이라는 뜻의 부사이다.
>
> Tôi không mệt lắm. 별로 피곤하지 않습니다.
> = Tôi hơi mệt. 약간 피곤합니다.
>
> Không xa lắm. 별로 멀지 않습니다.
> = Hơi xa. 약간 멉니다.

📝 문법 테스트 ① 다음 문장을 베트남어로 쓰세요.

01 오늘 날씨가 별로 춥지 않아요.

▶ _____

02 오늘 일은 별로 힘들지 않아요.

▶ _____

B thay vì : ~ 대신에

thay vì는 '~ 대신에'라는 표현으로, 뒤에는 동사나 명사가 온다.

☑ thay vì + 동사

A: Chúng ta ăn thịt nướng nhé? 삼겹살을 먹을까요?

B: Thay vì ăn thịt nướng, hôm nay chúng ta ăn canh Kim chi nhé.
삼겹살 먹는 대신에 오늘은 김치찌개를 먹읍시다.

A: Chúng ta đi bộ nhé? 걸어갈까요?

B: Tôi muốn đi taxi thay vì đi bộ. 걸어가는 대신 택시를 타고 싶습니다.

☑ thay vì + 명사

Hôm nay chúng ta ăn Kimbap thay vì gà tần sâm nhé? 오늘은 삼계탕 대신에 김밥 먹을까요?

> **Tip**
>
> thay vì 대신 thay cho나 thay를 사용할 수 있다.
>
> A: Anh uống cà phê nhé? 커피 드시겠습니까?
> B: Tôi muốn uống trà thay cho cà phê. 커피 대신 녹차를 마시고 싶습니다.
>
> Vì không có thời gian nên tôi đã uống sữa thay cơm. 시간이 없어서 밥 대신 우유만 마셨어요.
> Ngày Tết người Hàn Quốc ăn canh bánh gạo thay cơm. 설날에 한국 사람은 밥 대신 떡국을 먹어요.

8. Anh có biết bảo tàng thành phố nằm ở đâu không?

문법 Giải thích ngữ pháp

✏️ **문법 테스트 ②** 'thay vì', 'thay cho'를 사용하여 다음 대화를 완성하세요.

01 A: Chúng ta đi xem phim nhé?
B: Tôi muốn đi mua sắm _____.

02 A: Trông anh có vẻ mệt, anh nên đi khám ở bệnh viện.
B: Tôi muốn ở nhà nghỉ ngơi _____.

🅒 thì còn gì bằng : 더할 나위가 없다

còn '남아 있다', gì '무엇', bằng '같다'라는 단어들이 합쳐진 표현이다. 직역하면 '~같은 무엇이 남아 있다'가 되지만, 보통 의문사가 평서문에 쓰이면 부정의 의미를 나타낸다. 그래서 gì가 '아무것도'라는 뜻이 되어, '~ 같은 것이 아무것도 남아 있지 않다', 즉 '~면 더할 나위 없다'라는 표현이 된다.

Được thế thì còn gì bằng. 그렇게만 된다면 더할 나위가 없습니다.
Cuối tuần được đi leo núi thì còn gì bằng. 주말에 등산을 가게 된다면 더할 나위가 없습니다.
Mùa hè được đi du lịch Nha Trang thì còn gì bằng.
여름에 냐짱으로 여행을 간다면 더할 나위가 없습니다.

✏️ **문법 테스트 ③** 주어진 의미에 맞게 빈칸에 알맞은 말을 쓰세요.

01 Hôm nay gặp được _____ thì còn gì bằng.
오늘 사장님을 만날 수 있다면 더할 나위가 없어요.

02 Anh làm giúp thì _____.
도와주신다면 더할 나위가 없어요.

D 이동 동사

다음 4가지 동사를 주로 사용하며, 위치와 방향을 함께 말할 수 있다.

- **lên** 올라가다 (**trên**(위)을 동반하여 **lên trên**으로 쓰기도 한다.)
  Tôi lên tầng ba. 나는 3층으로 올라가요.
  = Tôi lên trên tầng ba.

- **xuống** 내려가다 (**dưới**(아래)를 동반하여 **xuống dưới**로 쓰기도 한다.)
  Tôi xuống tầng một. 나는 1층으로 내려가요.
  = Tôi xuống dưới tầng một.

- **vào** 들어가다 (**trong**(안)을 동반하여 **vào trong**으로 쓰기도 한다.)
  Tôi đi vào nhà. 집 안으로 들어가요.
  = Tôi đi vào trong nhà.

- **ra** 나가다 (**ngoài**(밖)를 동반하여 **ra ngoài**로 쓰기도 한다.)
  Tôi đi ra. 나는 나가요.
  Tôi đi ra ngoài. 나는 밖으로 나가요.

이 외에 방향에 대해 말할 때 아래와 같은 표현도 많이 사용한다.

đi thẳng 직진하다	quay lại 돌아가다/유턴하다
rẽ phải/quẹo phải 우회전하다	rẽ trái/quẹo trái 좌회전하다
đi qua 건너가다	sang đường 길을 건너다

문법 테스트 ④ 주어진 의미에 맞게 빈칸에 알맞은 말을 쓰세요.

01 Mẹ tôi đang đi _____ dưới tầng một.
   우리 어머니가 1층으로 내려가고 있습니다.

02 Anh hãy đi _____, sau đó rẽ _____.
   직진한 다음에 오른쪽으로 가세요.

표현 넓히기 Mở rộng

➜ 길 묻고 답하기

• 길 묻기

길을 모를 때는 직접적으로 "Cho tôi hỏi đường."(길을 묻겠습니다)라는 표현을 사용합니다. 가고 싶은 곳이 어디에 있는지를 물을 때는 다음과 같은 표현들을 사용합니다.

① ~이 어디에 있는지 아세요?

☑ **주어 + có biết + 장소 + ở đâu không?**

Chị có biết ngân hàng ABC ở đâu không? ABC 은행이 어디에 있는지 아세요?
Anh có biết hiệu sách Kiti ở đâu không? Kiti 서점이 어디에 있는지 아세요?
Anh có biết ngân hàng gần đây ở đâu không? 이 근처에 가까운 은행이 어디에 있는지 아세요?

② ~ 가는 길을 알려주세요

☑ **Làm ơn chỉ cho tôi đường đến + 장소**
☑ **Vui lòng chỉ cho tôi đường đến + 장소**
☑ **Hãy chỉ cho tôi đường đến + 장소**

Làm ơn chỉ cho tôi đường đến bưu điện. 우체국 가는 길을 알려주세요.
Vui lòng chỉ cho tôi đường đến nhà thờ. 교회 가는 길을 알려주세요.
Hãy chỉ cho tôi đường đến chợ Hàng. 항 시장 가는 길을 알려주세요.
Hãy chỉ cho tôi đường đi từ bưu điện đến nhà thờ.
우체국에서 교회 가는 길을 알려주세요.
Hãy chỉ cho tôi đường đi từ nhà thờ đến chợ Hàng.
교회에서 항 시장 가는 길을 알려주세요.

③ ~에 가려면 어떻게 가야 하나요?

☑ **주어 + muốn đến + 장소 + thì đi thế nào?**

Tôi muốn đến siêu thị Lotte thì đi thế nào? 롯데 마트에 가려면 어떻게 가야 하나요?
Tôi muốn đến hiệu thuốc AB thì đi thế nào? AB 약국에 가려면 어떻게 가야 하나요?
Muốn đến hiệu thuốc AB từ siêu thị Lotte thì đi như thế nào?
롯데 마트에서 AB 약국에 가려면 어떻게 가야 하나요?

• 길 답하기 1

Anh đi thẳng đường này, sau đó
이 길을 직진하고, 그 다음에

> rẽ (bên) phải. 우회전하세요.
> rẽ (bên) trái. 좌회전하세요.
> sang đường. 길을 건너세요.

Anh quay ngược lại đường này, sau đó
이 길을 돌아서, 그 다음에

> đi về phía bên trái. 왼쪽으로 가세요.
> đi về phía bên phải. 오른쪽으로 가세요.

• 길 답하기 2

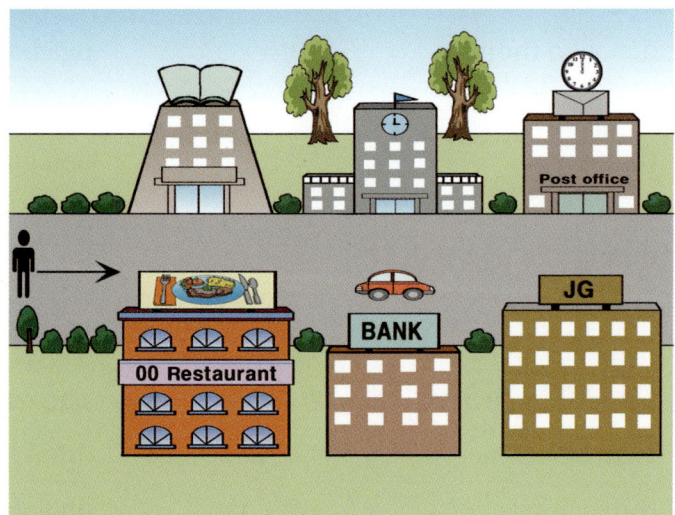

＊각 건물의 위치는 그림 속 사람을 기준으로 함

- Trường học ở giữa thư viện và bưu điện. 학교는 도서관과 우체국 사이에 있습니다.
- Ngân hàng ở đối diện trường học. 은행은 학교 맞은편에 있습니다.
- Quán ăn ở bên tay phải. 음식점은 길의 오른쪽에 있습니다.
- Công ty JG ở bên cạnh ngân hàng. JG회사는 은행 옆에 있습니다.
- Bưu điện ở bên tay trái. 우체국은 길의 왼쪽에 있습니다.
- Ô tô ở trước ngân hàng. 자동차는 은행 앞에 있습니다.
- Đồng hồ ở trên bưu điện. 시계는 우체국 위에 있습니다
- Cây ở đằng sau trường học. 나무는 학교 뒤에 있습니다.

표현 넓히기 Mở rộng

주요단어

● 교통

직진하다	đi thẳng	돌아가다	quay lại
우회전하다	rẽ phải	좌회전하다	rẽ trái
갈아타다	đổi xe	유턴하다	quay xe
막히다	tắc đường	세우다/ 멈추다	dừng lại
버스 정류장	bến xe buýt	~ 호선/ 번호	tuyến (số) xe
타다	lên xe	내리다	xuống xe
교통 카드	thẻ giao thông	벨을 누르다	bấm chuông
횡단보도	vạch sang đường (cho người đi bộ)	육교	cầu vượt
교통 신호	đèn giao thông	삼거리	ngã ba
사거리	ngã tư	로터리	giao lộ, vòng xoay
신호	tín hiệu	신호등	đèn giao thông
인도, 보도	vỉa hè, đường cho người đi bộ	골목	hẻm, ngõ

● 위치

앞	trước, đằng trước	뒤	sau, đằng sau
위	trên, bên trên	아래, 밑	dưới, bên dưới
왼쪽	trái, bên trái	오른쪽	phải, bên phải
안	trong, bên trong	밖	ngoài, bên ngoài
옆	cạnh, bên cạnh	가운데, 사이	giữa, ở giữa
맞은편, 건너편	đối diện	똑바로, 쭉	thẳng
동	đông	서	tây
남	nam	북	bắc

● 장소

백화점	cửa hàng bách hóa	병원	bệnh viện
우체국	bưu điện	약국	hiệu thuốc
은행	ngân hàng	제과점	cửa hàng bánh mỳ
소방서	trạm cứu hỏa	슈퍼마켓	siêu thị
경찰서	đồn cảnh sát	서점	hiệu sách
가게	cửa hàng	주유소	trạm xăng
식당	nhà hàng	방송국	đài phát thanh
학교	trường học	광장	quảng trường
시장	chợ	시청	tòa thị chính
버스 정류장	trạm xe buýt/ bến xe buýt	기차역	ga xe lửa
교회	nhà thờ	주차장	bãi đỗ xe
지하철역	ga tàu điện ngầm	박물관	bảo tàng
미용실, 이발소	tiệm cắt tóc	세탁소	tiệm giặt là

8. Anh có biết bảo tàng thành phố nằm ở đâu không?

연습문제

1. 자연스러운 대화가 되도록 다음을 순서에 맞게 나열하세요.

   ① Không xa lắm, chỉ khoảng 10 phút đi bộ.
   ② Xin lỗi, cho tôi hỏi.
   ③ Anh có biết đài phát thanh Hà Nội ở đâu không?
   ④ Từ đến đến đó có xa không ạ?
   ⑤ Đài phát thanh Hà Nội à?
      Anh đi thẳng đường này, sau đó rẽ phải.
   ⑥ Vâng, anh muốn hỏi gì?

2. 그림에 맞는 단어를 베트남어로 쓰세요.

(1)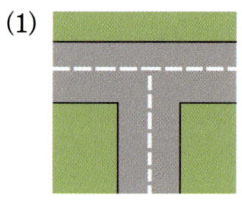

(2)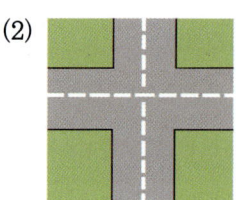

(3)

(4)

(5)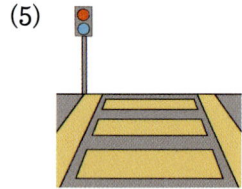

(6)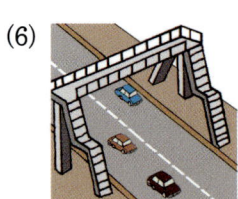

(7)

(8)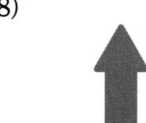

3. 이야기를 듣고, 각 장소의 위치를 표시하세요.　🎧 MP3 **08-3**

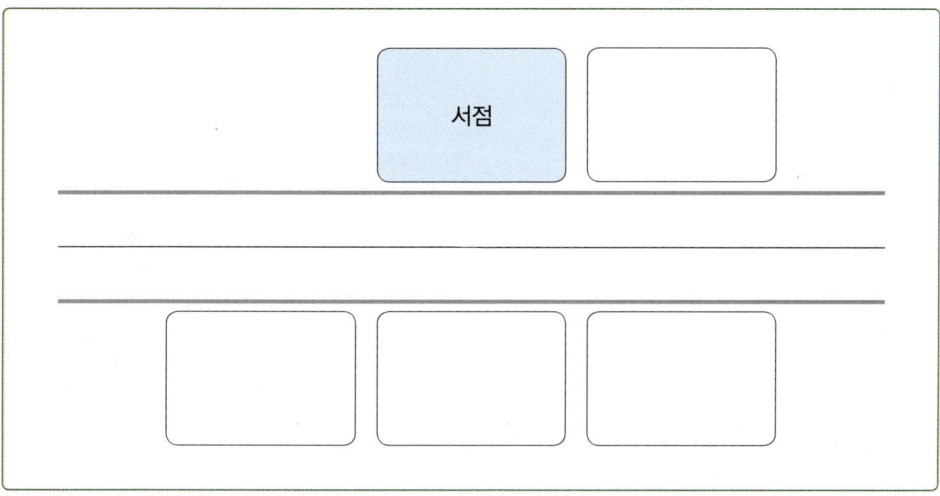

4. MP3 파일을 들으며, 다음 발음을 연습하세요.　🎧 MP3 **08-4**

bảo tàng 박물관	bưu điện 우체국
siêu thị 슈퍼마켓, 마트	trạm xăng 주유소
đi thẳng 직진하다	rẽ phải, quẹo phải 우회전하다
rẽ trái, quẹo trái 좌회전하다	sang đường 길을 건너다

8. Anh có biết bảo tàng thành phố nằm ở đâu không?

베트남 알아보기

• 베트남의 대중교통 수단 •

● **택시 (tắc xi)**

베트남에는 상당히 많은 택시회사와 택시들이 있다. 택시 회사수만 100개가 넘는다고 한다. 거리 어디에서나 대기하고 있는 택시 기사들을 흔히 볼 수 있으며 외국인들이 가장 손쉽게 이용할 수 있는 교통수단이다.

베트남에서 택시 이용 시 주의 사항

(1) 승차 전 행선지의 정확한 주소명(베트남어)을 메모하고, 지도에 표시하여 출발 전 택시 기사에게 알려준다. 거의 모든 택시 기사가 영어를 못하고 간혹 글을 읽을 줄 모르는 기사도 있으니 메모와 지도를 모두 준비하여 설명하는 것이 안전하다. 호텔에 투숙하고 이동하는 경우는 호텔 주소가 표기된 카드나 명함을 보여주면 편리하다.
(2) 소액의 잔돈은 주지 않으려는 기사가 많으므로 택시를 탈 때는 소액권도 미리 준비해 두는 게 좋다.
(3) 미터기를 조작하는 느낌이 든다면 따지는 것보다는 멈추게 하고 내리는 것이 좋다.
(4) 모든 미터기의 요금 단위는 베트남 동이다.

● **버스(xe buýt)**

버스를 타면 기사 외에 검표원이 있으며, 요금을 지불하면 버스표를 건네주는데 조금 찢어서 준다. 요금을 지불했다는 표시이다. 주의할 것은 받은 표를 버스를 타고 가는 동안 버리지 말아야 한다는 것이다. 가끔 1~3명의 직원이 따로 올라타서 버스 안 사람들의 표를 검사하기도 하기 때문이다.

● **오토바이 택시(xe ôm)**

xe ôm은 간편하면서 택시보다 저렴한 교통 수단이다. xe는 '탈 것' ôm은 '포옹'의 의미로, 동승자가 뒤에서 운전자를 안고 탄다고 해서 지어진 이름이다. '쎄옴'이라고 부르는 오토바이 택시는 사람들이 모이는 곳이면 어디든 쉽게 찾아볼 수 있다.

● **씨클로(xích lô)**

씨클로는 원래 'xe thồ'라 하여 특별히 무거운 식량을 운반한다는 뜻이며, 어른 2명이 앉을 수 있는 좁은 소쿠리 모양의 바구니 의자 안에 약 1톤까지 짐을 싣고 갈 수가 있는 일종의 인력거이다. 하지만 요즘 씨클로는 더 이상 대중교통 수단이라고 보기는 어렵다. 이동의 목적으로 이용하기에는 효율성과 기동성이 모두 너무 낮기 때문이다. 하지만 관광객들에게는 인기가 있어, 대부분의 시내 관광 코스에 씨클로 체험이 들어가 있다. 하노이에는 주로 외국인 관광객이 몰리는 호안끼엠(Hoàn Kiếm) 호수와 동쑤언(Đồng Xuân) 시장을 중심으로 많이 있으며 바가지 요금으로 유명하기도 하다.

Bài 09

Chị muốn đặt loại phòng nào, phòng đơn hay phòng đôi?

1인실 아니면 2인실, 어떤 종류의 방을 예약하고 싶으세요?

학습내용

- **đang**: ~하는 중이다, ~하고 있다
- **chưa từng**: ~한 적이 없다
- **ngay khi**: ~하자마자
- **trên đường**: ~는 길에

 Hội thoại

Nhân viên	Alô, đây là khách sạn Nha Trang Kingdom. Chị cần gì ạ?
Nana	Tôi muốn đặt phòng.
Nhân viên	Chị muốn đặt loại phòng nào, phòng đơn hay phòng đôi?
Nana	Tôi muốn đặt một phòng đơn. Phòng đơn bao nhiêu tiền 1 đêm?
Nhân viên	Phòng đơn bình thường 800 nghìn 1 đêm, nhưng hiện tại đang giảm giá 20% ạ.
Nana	Phòng có đủ tiện nghi và có internet không ạ?
Nhân viên	Dạ, có đủ ạ. Chị định thuê mấy ngày?
Nana	Tôi muốn thuê khoảng 3 ngày, từ ngày 18.
Nhân viên	Vâng, nếu thuê 3 ngày thì chị sẽ được phục vụ đưa đón miễn phí từ sân bay tới khách sạn.
Nana	Thế thì tốt quá. À, tôi muốn đặt tua tham quan nữa.
Nhân viên	Chị muốn đặt loại tua thành phố hay tua đảo?
Nana	Tôi chưa từng đi Nha Trang, nên tôi cũng không biết. Hãy tư vấn cho tôi vào ngày 18.
Nhân viên	Tôi biết rồi ạ. Vậy, chúng tôi sẽ đón chị ngay khi chị đến sân bay vào ngày 18. Và trên đường về khách sạn, chúng tôi sẽ tư vấn cho chị.
Nana	Vâng, cảm ơn.

해석

직원	여보세요, 냐짱 킹덤 호텔입니다. 무엇을 도와드릴까요?
나나	방을 예약하고 싶은데요.
직원	1인실 아니면 2인실, 어떤 종류의 방을 예약하고 싶으세요?
나나	1인실을 예약하고 싶어요. 1인실은 하루에 얼마입니까?
직원	1인실은 보통 하루에 80만 동인데, 현재 20% 세일 중입니다.
나나	편의 시설을 모두 다 갖추고 인터넷도 되나요?
직원	네, 다 있어요. 며칠 동안 머무실 겁니까?
나나	3일 동안 있으려고 해요, 18일부터요.
직원	네, 3일 동안 머물면 공항에서 호텔까지 무료 마중 서비스를 받을 수 있습니다.
나나	그렇게 된다면 좋겠어요. 아, 패키지 여행도 예약하려고 하는데요.
직원	시티 투어 패키지나 섬 투어 패키지를 예약하고 싶으세요?
나나	냐짱에 가본 적이 없어서 잘 몰라요. 18일에 상담해주세요.
직원	알겠습니다. 그럼, 18일에 공항에 도착하자마자 마중을 가겠습니다. 그리고 호텔로 가는 길에 상담해 드리겠습니다.
나나	네, 고맙습니다.

단어

- khách sạn 호텔
- loại 종류
- bình thường 보통
- tiện nghi 편의시설
- miễn phí 무료
- thăm quan 관광
- cần 필요하다
- phòng đơn 1인실
- giảm giá 할인, 세일
- sân bay 공항
- tua 투어, 패키지 여행(영어의 tour에 어원을 둠)
- đảo 섬
- đặt phòng 방을 예약하다
- phòng đôi 2인실
- đủ 충분하다
- đón 마중하다, 맞이하다
- tư vấn 자문하다/상담하다

9. Chị muốn đặt loại phòng nào, phòng đơn hay phòng đôi?

문법 Ngữ pháp

🔊 대화 다시 보기

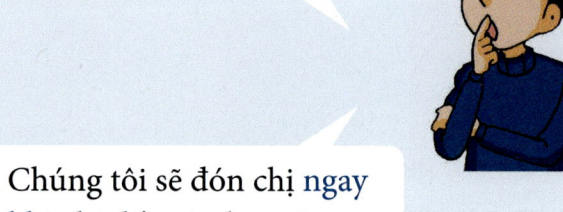

1. Phòng đơn bình thường 800 nghìn 1 đêm, nhưng hiện tại đang giảm giá 20% ạ.

2. Tôi chưa từng đi Nha Trang, nên tôi cũng không biết.

3. Chúng tôi sẽ đón chị ngay khi chị đến sân bay vào ngày 18.

4. Trên đường về khách sạn, chúng tôi sẽ tư vấn cho chị.

Ⓐ đang : ~하는 중이다, ~하고 있다

đang은 진행을 나타내는 시제사로, 어떤 일이 현재 진행 중임을 나타낸다. 동사의 앞에 놓인다.

☑ đang + 동사

Khách sạn đang (được) xây dựng. 호텔은 공사하는 중입니다.
Bách hóa đang giảm giá. 백화점이 세일하는 중입니다.
Tôi đang tìm nhà. 집을 찾고 있습니다.
A: Anh đang làm gì đấy? 무엇을 하고 있습니까?
B: Tôi đang đọc sách. 책을 읽고 있습니다.

단어 xây dựng 공사하다, 건설하다 giảm giá 할인하다

문법 테스트 ① 다음 문장을 베트남어로 쓰세요.

01 김 사장님은 지금 회의 중입니다.

▶ _____

02 지금, 화는 가족과 함께 여행 가는 중입니다.

▶ _____

B chưa từng : ~한 적이 없다

'~한 적이 있다/없다'라는 과거의 경험을 말할 때는 다음과 같은 형식을 쓴다. 반복적이거나 일반적인 동작에는 쓰지 않는다.

~한 적이 있다

[đã từng / từng] + 동사

~한 적이 없다

[chưa từng / chưa bao giờ] + 동사
(= chưa + 동사 + bao giờ)

Hiển đã từng đi du lịch Hàn Quốc. 히엔은 한국에 여행 간 적이 있습니다.
Tôi chưa từng đi Hà Nội. 저는 하노이에 간 적이 없습니다.
Tôi chưa ăn đồ Nhật Bản bao giờ. 저는 일본 음식을 먹어본 적이 없습니다.

※ 의문문 : "~한 적이 있습니까?"
 • 주어 + (đã) + 동사 + bao giờ chưa?
 • 주어 + từng + 동사 + chưa?
 • 주어 + đã từng + 동사 + chưa?
 • 주어 + đã từng + 동사 + bao giờ chưa?
 • 주어 + đã bao giờ + 동사 + chưa?

문법 Giải thích ngữ pháp

김치를 먹어 본 적이 있습니까?	김치를 먹어 본 적이 있습니다.
Anh ăn Kim chi **bao giờ chưa**? Anh **từng** ăn Kim chi **chưa**? Anh **đã từng** ăn Kim chi **chưa**? Anh **đã từng** ăn Kim chi **bao giờ chưa**?	Tôi từng ăn Kim chi.
	김치를 먹어 본 적이 없습니다.
	Tôi chưa từng ăn Kim chi. Tôi chưa bao giờ ăn Kim chi. Tôi chưa ăn Kim chi bao giờ.

※ '~한 적이 없다'고 할 때, '~가 아니다'라는 뜻의 **không**을 써서 **không bao giờ**라고 하지 않는다. 'không bao giờ + 동사'는 지금까지도, 앞으로도 그 동작을 하지 않는다는 의미이다.

  Tôi **chưa** ăn đồ Nhật Bản **bao giờ**. 저는 일본 음식을 먹어본 적이 없습니다.
  Tôi **không bao giờ** ăn đồ Nhật Bản 저는 일본 음식을 먹지 않습니다.

문법 테스트 ② 다음 문장을 베트남어로 쓰세요.

01 강남에 가 본 적이 있습니까? ▶
02 저는 베트남 쌀국수를 먹어 본 적이 없습니다. ▶

C ngay khi : ~하자마자

'ngay khi + 주어 + 동사'는 '(주어)가 ~하자마자'의 의미이다. ngay khi 이하는 문장의 앞에 와도 되고 뒤에 와도 된다.

  Tôi về nhà ngay khi công việc kết thúc. 저는 일이 끝나자마자 집으로 돌아갑니다.
  Tôi uống nước ngay khi ngủ dậy vào buổi sáng. 저는 아침에 일어나자마자 물을 마십니다.
  (= Ngay khi ngủ dậy vào buổi sáng, tôi uống nước.)

※ ngay khi 대신 ngay sau khi를 사용할 수도 있다.
  Ngay sau khi tốt nghiệp, tôi sẽ đi xin việc. 졸업하자마자 취직하려고 합니다.
  = Tôi sẽ đi xin việc **ngay khi** tốt nghiệp.

📝 **문법 테스트 ③** 다음 문장을 베트남어로 쓰세요.

01 저는 대학교를 졸업하자마자 결혼하려고 합니다. (kết hôn 결혼)

▶ _____

02 저는 영화가 시작하자마자 잠을 잤습니다.

▶ _____

D trên đường : ~는 길에

'trên đường + 동사'는 '~하는 길에'라는 의미이다. **trên đường**은 주로 '가다', '오다', '나가다' 등과 같은 이동 동사와 함께 쓰인다.

Trên đường đi làm về, tôi đã tình cờ gặp bạn ở bến xe buýt.
퇴근하는 길에 버스 정류장에서 우연히 친구를 만났습니다.

Trên đường về nhà, tôi đã đi siêu thị mua một ít thịt bò.
집에 돌아가는 길에 마트에 가서 소고기를 좀 샀습니다.

> **Tip**
> 'đang trên đường + 동사'의 형식도 많이 쓰는 표현이다. '~하는 길이다'라는 의미로, 동작이 진행 중임을 뜻한다.
> Tôi **đang trên đường** đi ngân hàng. 은행에 가는 길입니다. (은행에 가고 있습니다.)
> Tôi **đang trên đường** đi gặp bạn. 친구를 만나러 가는 길입니다.

📝 **문법 테스트 ④** 'trên đường'을 사용하여 다음 대화를 완성하세요.

01 A: Anh đã gặp anh Tae San ở đâu?

B: Tôi đã gặp anh Tae San ở sân bay _____.
(출장 가는 길에)

02 A: Anh đã chụp ảnh này ở đâu?

B: Tôi đã chụp ảnh này _____.
(냐짱으로 여행 가는 길에)

표현 넓히기 Mở rộng

➜ 호텔

- Tôi muốn đặt một phòng đơn. 1인실을 하나 예약하고 싶습니다
- Cho tôi phòng có tầm nhìn đẹp. 전망이 좋은 방으로 주세요.
- Giá bao nhiêu tiền một đêm? 하루에 얼마입니까?
- Giờ trả phòng là mấy giờ? 퇴실 시간이 언제입니까?
- Cho tôi trả phòng. 퇴실 수속을 부탁합니다.
- Tôi muốn trả phòng muộn hơn một tiếng. 체크아웃 시간을 1시간 늦추고 싶은데요.
- Vui lòng cho người mang hành lý đến phòng tôi. 포터를 올려 보내 주세요.
- Cho tôi hóa đơn. 영수증을 주세요.
- Anh sẽ trả tiền mặt hay bằng thẻ? 현금과 카드 중 어느 것으로 지불하시겠습니까?
- Tôi muốn trả bằng ngân phiếu du lịch. 여행자 수표로 내고 싶은데요.
- Tiền bị tính sai rồi. 요금이 잘못 계산됐습니다.

➜ 여행 예약

- Tôi muốn đặt tour du lịch nước ngoài. 해외 패키지 여행을 예약하고 싶습니다.
- Giá tour ấy thế nào? 그 여행 패키지는 가격이 어떻게 됩니까?
- Có loại tour theo yêu cầu không? 고객의 개별 요구에 맞춘 패키지가 있습니까?
- Tôi cần một hướng dẫn viên du lịch. 가이드 한 명이 필요합니다.
- Tôi muốn đặt tour 3 ngày 2 đêm. 2박 3일 패키지 여행을 예약하고 싶습니다.
- Tôi muốn đăng ký tour du lịch trọn gói đi Vịnh Hạ Long.
  하롱베이에 가는 패키지 여행을 신청하고 싶습니다.
- Hãy tư vấn cho tôi tour du lịch trăng mật. 신혼 여행 패키지를 상담해주세요.
- Cho tôi xem lịch trình. 일정을 알려주세요.
- Tôi muốn đặt tour du lịch cho 5 người. 5명 패키지 여행을 예약하고 싶습니다.
- Tôi có thể hủy tour du lịch nước ngoài đã đặt được không?
  예약했던 해외 여행 패키지를 취소할 수 있습니까?
- Hãy cho tôi một tấm bản đồ thành phố. 시내 지도 한 장 주세요.
- Hãy giới thiệu cho tôi về tour du lịch gia đình. 가족여행 패키지를 소개해주세요.

주요단어 MP3 09-2

● 숙박

호텔	khách sạn	방 열쇠	chìa khóa phòng
3/4/5성 호텔	khách sạn 3/4/5 sao	싱글 침대	giường đơn
모텔	nhà nghỉ	더블 침대	giường đôi
여관	quán trọ	1박 2일	hai ngày một đêm
1인실	phòng đơn	2박 3일	ba ngày hai đêm
2인실	phòng đôi	안내하다	hướng dẫn
방을 예약하다	đặt phòng	(짐을) 들다	xách
투숙하다	thuê phòng	짐	hành lý
체크인하다	nhận phòng	영수증, 계산서	hóa đơn
체크아웃하다	trả phòng	프런트 직원	nhân viên tiếp tân
프런트	phòng tiếp tân	청소하다	dọn dẹp
팁	tiền boa	세탁하다	giặt

● 여행

여행사	công ty du lịch	시티 투어	tua tham quan thành phố
국내여행	du lịch trong nước	섬 투어	tua tham quan đảo
해외여행	du lịch nước ngoài	패키지여행	tua, tua tham quan
배낭여행	du lịch ba lô	자유여행	tua tự do
가족여행	du lịch gia đình	수학여행	tham quan thực tế
신혼여행	du lịch trăng mật	예약하다	đặt chỗ
계획을 세우다	lên kế hoạch	변경하다	thay đổi
일정을 짜다	lập lịch trình	출발하다	xuất phát
취소하다	huỷ bỏ	도착하다	đến nơi

연습문제

1. 주어진 단어들을 사용하여 〈보기〉와 같이 대화를 완성하세요.

   | 보기 | phòng đơn / 500 nghìn / hai ngày (1인실 / 50만 동 / 2일)
   A: Chào chị, tôi muốn đặt phòng.
   　　Phòng đơn bao nhiêu tiền một đêm?
   B: Năm trăm nghìn một đêm. Anh sẽ ở đây mấy ngày?
   A: Tôi sẽ ở đây hai ngày.

   (1) phòng đơn / 700 nghìn / năm ngày (1인실 / 70만 동 / 5일)

   A: Chào chị, tôi muốn đặt phòng.
   　　_____?
   B: _____. Anh sẽ ở đây mấy ngày?
   A: _____.

   (2) phòng đôi / 1 triệu / ba ngày (2인실 /100만 동 / 3일)

   A: Chào chị, tôi muốn đặt phòng.
   　　_____?
   B: _____. Anh sẽ ở đây mấy ngày?
   A: _____.

   (3) phòng đơn / 500 nghìn / một tuần (1인실 / 50만 동 / 1주일)

   A: Chào chị, tôi muốn đặt phòng.
   　　_____?
   B: _____. Anh sẽ ở đây mấy ngày?
   A: _____.

2. 다음 빈칸에 알맞은 단어를 〈보기〉에서 골라 쓰세요.

보기	đã từng	tiện nghi	trên đường	ngay khi
	mấy ngày	khách sạn	tham quan	phòng đôi

(1) Alô, có phải _____ Lotte không ạ?

(2) Tôi muốn đặt một _____.

(3) Phòng đơn có đầy đủ _____ và internet không ạ?

(4) Anh định ở _____?

(5) Tôi muốn đặt tour _____ thành phố.

(6) Trang _____ đi Hàn Quốc nhưng chưa từng đi Nhật Bản.

(7) Nana đã mua hoa _____ về nhà.

(8) John đã bắt đầu học tiếng Việt _____ đến Việt Nam.

3. MP3 파일을 들으며, 다음 발음을 연습하세요.   MP3 09-3

phòng đơn 1인실	phòng đôi 2인실
đặt phòng 방을 예약하다	miễn phí 무료, 공짜
tour tham quan 패키지여행	tư vấn 상담하다
hướng dẫn viên 관광 가이드	lịch trình 일정

9. Chị muốn đặt loại phòng nào, phòng đơn hay phòng đôi?

베트남 알아보기

• 베트남의 주요 관광지 •

베트남은 저렴한 물가와 밝은 사람들, 남북으로 길게 뻗어 바다를 끼고 있는 지형적 특성 때문에 다양한 볼거리가 많은 나라입니다. 베트남의 주요 관광지를 소개합니다.

1. 하노이 Hà Nội

하노이(Hà Nội, 河內)는 베트남의 수도이며 정치의 중심지이다. 역대 왕조가 왕도를 정했던 도시로, 홍강(Sông Hồng) 삼각주에 위치한다. 베트남의 최대 도시인 호치민시에서 북쪽으로 1,760km 떨어져 있다. 하노이는 12군(坊), 1마을, 17현(縣)으로 이루어져 있으며, 면적은 3,329km², 인구는 약 800만 명(2020년 기준)이다.

2. 호치민시 Thành phố Hồ Chí Minh

베트남 남부에 있는 호치민시의 옛 이름은 사이공(Sài Gòn)이다. 1976년에 국가 주석의 이름을 따서 호치민시로 이름이 바뀌었다. 호치민시를 일컬을 때는 반드시 '도시'라는 의미의 Thành phố를 붙인다. 호치민시의 기후는 연중 덥고 습한 편이다. 5~11월의 우기와 12~4월의 건기, 두 계절로 나눌 수 있으며, 연평균 기온은 27°C로, 4월이 가장 덥고 12월이 가장 낮지만 일년 내내 따뜻한 편이다. 호치민시는 베트남에서 가장 큰 도시이자 경제·문화의 중심지이다. 한때 사이공이란 명칭으로 불리었던 호치민시에는 프랑스 식민시대의 아름다운 건축물과 대로가 남아있다. 호치민 전쟁 박물관과 옥황사는 꼭 가볼 만한 명소이며, 음식과 꽃, 식용 개구리까지 진열되어 있는 벤탄 시장에서는 이 도시의 활기를 피부로 느낄 수 있다.

3. 호이안 Hội An

옛날 베트남의 모습이 그대로 보존되어 있으며, 맛있는 음식으로도 유명하다. 중국식으로 지어진 많은 상점들과, 프랑스 식민지 시절 건설된 프랑스풍의 건물들, 여기에 베트남 전통 가옥들까지 함께 있어서 건물들을 구경하는 재미가 쏠쏠하다. 15~19세기 동남아 항구마을의 모습이 잘 보존돼 있는 Ancient Village는 유네스코 문화유산으로 지정되어 있다.

4. 다낭 Đà Nẵng

인구 100만이 넘는 베트남 5대 직할시 중 하나인 다낭시는 베트남 중부 지역의 무역과 상업의 중심지이다. 27km나 되는 아름다운 해변이 있어 마음껏 쉴 수 있으며, 인근에 유명 관광지인 후에(Huế), 호이안(Hội An), 미선(Mỹ Sơn) 유적지, 오행산(Ngũ Hành Sơn), 바나힐(Bà Nà Hill), 썬자(Sơn Trà) 등이 있어 무궁무진한 잠재력을 가진 도시이다. '5無'라고 해서, 거지, 도둑, 마약, 매춘, 문맹이 없는 아름다운 도시로도 유명하다.

5. 하롱베이 Vịnh Hạ Long

Hạ Long만은 유네스코 세계유산으로 지정되어 있는 아름다운 곳이다. Hạ는 '내려오다', long은 '용'이란 뜻으로, '하늘에서 내려온 용'이라는 의미이다. 하롱베이는 베트남의 동북해에 위치하고 있으며, 1,969개의 크고 작은 섬들이 옹기종기 모여 절경을 이룬다. 하롱베이의 아름다움은 주변의 산과 섬, 바다뿐만 아니라, 오랜 세월 동안 자연 현상으로 생긴 수많은 동굴에서도 찾아볼 수 있다.

6. 닌빈 Ninh Bình

닌빈성(Tỉnh Ninh Bình, 寧平省)은 베트남 하노이에서 남쪽으로 93km떨어진 곳으로, 고대 베트남의 유적이 많다. 자연경관이 뛰어나 육지의 하롱베이라고도 불리는 땀꼭(Tam Cốc)은 논과 강을 배경으로 겹겹이 펼쳐진 석회암 카르스트 지형이 매력적이다. 팟디엠 대성당(Phát Diệm Cathedral)과 바이딘 사원(Bái Đính Temple) 등 종교 유적지가 있어 관광 명소로 유명다.

7. 냐짱 Nha Trang

'동양의 나폴리'라고 불리는 냐짱은 베트남 남부의 주요 어업기지이며, 예로부터 알려진 군사기지이다. 프랑스 식민지 시대에는 이곳에 파스퇴르 연구소가 설치되어 열대성 질병에 관한 연구를 하였고, 해안 연구소가 세워져 남중국해의 어업에 관한 자료를 수집했다. 이곳을 지나는 하노이~호치민 철도도 이때 건설되었다. 일찍부터 부근의 해변을 개발하여 해안 휴양지가 개발되어 있고, 시의 북쪽 근교에는 참족(族)이 세운 포나가르 신전이 있다.

8. 사파 Sa Pa

사파는 베트남 서북쪽에 있는 유명한 고산지대로, **Lào Cai** 성에 속해 있으며, 하노이에서 약 **380km** 떨어져 있다. 열대기후에 가깝지만 해발 **1600m** 높이에 있어서 일년 내내 시원하다. 산비탈에 만들어진 계단식 논과 자연이 만들어낸 고요하고 신비스러운 풍경 때문에 사진작가들을 통해 먼저 세상에 알려진 아름다운 곳이다.

9. 후에 Huế

베트남 중부에 위치한 고대도시 후에는 베트남을 다스렸던 **Nguyen** 왕국의 오랜 수도로서, 오래된 사원들과 역사적 유물들이 많이 남아있는 곳이다. 한국의 경주나 공주, 부여와 같은 도시라고 할 수 있다. 2000년도부터 '후에 페스티벌'을 개최하여 많은 관광객들을 유치했으며, 유네스코 세계문화유적으로 지정되어 있다.

10. 달랏 Đà Lạt

호치민시에서 약 **300km** 떨어진 곳에 위치해 있다. 달랏이라는 이름은 라틴어 **Dat Aliis Laetitiam Aliis Temperiem**의 약자로, "어떤 이에게는 즐거움을, 어떤 이에게는 신선함을"이라는 뜻이다. 우거진 소나무 숲과 그 사이로 난 오솔길이 인상적인 곳이며, 일년 내내 잦게 끼는 안개도 이 도시의 특징 중의 하나이다.

Bài **10**

Nếu muốn nói giỏi tiếng Việt hơn nữa thì mình phải làm thế nào?

베트남어를 잘 말하려면 어떻게 해야 하나요?

학습내용

- suýt: ~할 뻔하다
- lo rằng: ~할까 봐
- đã ~ lại còn …:
  ~(하)는 데다가 …하다
- theo ~ thì …:
  ~하기에는/하기로는 …하다

Hoa	Tae Joon đã đăng ký môn học cho học kỳ sau chưa? Hôm nay là ngày hết hạn đấy.
Tae Joon	Ôi, Hoa không nói thì mình suýt quên. Vì dạo này mình bận quá.
Hoa	Tae Joon bận gì vậy?
Tae Joon	Mình đang ôn thi môn tiếng Việt để ngày mai thi.
Hoa	Thế à? Bạn ôn thi được nhiều chưa?
Tae Joon	Mình ôn thi được nhiều rồi. Phần thi đọc và thi viết thì mình không lo lắm, nhưng nghe bảo phần thi nói rất khó. Mình lo rằng sẽ trượt mất.
Hoa	Lo gì. Tae Joon đã thông minh lại còn chăm chỉ nên không thể trượt được.
Tae Joon	Cảm ơn Hoa đã khen. Nhưng nếu muốn nói giỏi tiếng Việt hơn thì mình phải làm thế nào?
Hoa	Theo mình nghĩ thì Tae Joon nên luyện nói thật nhiều, luyện phát âm và học thuộc nhiều từ vựng nữa.

해석

화   태준 씨는 다음 학기 수업을 신청했나요? 기간이 오늘까지예요.

태준   이런! 화가 말해주지 않았으면 깜박할 뻔했어요. 요즘 너무 바빴어요.

화   태준 씨에게 무슨 바쁜 일이 있나요?

태준   내일 베트남어 시험이 있어서 시험을 준비하고 있어요.

화   그래요? 시험 공부는 잘 되나요?

태준   공부는 많이 했어요. 읽기와 쓰기 시험 문제는 별로 걱정하지 않지만 말하기 시험은 어렵다고 들었어요. 떨어질까 봐 걱정이에요.

화   무슨 걱정이에요. 태준 씨는 머리가 좋은 데다가 공부도 열심히 했으니까 시험에 떨어지지 않을 거예요.

태준   칭찬해줘서 고마워요. 그런데 베트남어를 더 잘하려면 어떻게 해야 하나요?

화   제 생각에는 대화를 많이 나누면서 발음 연습과 단어 공부를 열심히 하면 될 것 같아요.

단어

☐ **đăng ký** 등록하다, 신청하다	☐ **môn học** 과목	☐ **học kỳ sau** 다음 학기
☐ **hết hạn** 기한, 만료일	☐ **suýt** ~할 뻔하다	☐ **quên** 잊다, 깜박하다
☐ **dạo này** 요즘, 요새	☐ **ôn thi** 시험 준비, 시험 공부	☐ **phần** 부분
☐ **phần thi** 시험 문제	☐ **thi nói** 말하기 시험	☐ **trượt** 떨어지다
☐ **thông minh** 똑똑하다, 머리가 좋다	☐ **chăm chỉ** 열심히	☐ **khen** 칭찬하다
☐ **hơn nữa** 더	☐ **luyện nói** 말하기 연습	☐ **luyện phát âm** 발음 연습
☐ **học thuộc** 외우다	☐ **từ vựng** 어휘	

문법 Ngữ pháp

대화 다시 보기

1. Hoa không nói thì mình **suýt** quên.

2. Mình **lo rằng** sẽ trượt mất.

3. Tae Joon **đã** thông minh **lại còn** chăm chỉ nên không thể trượt được.

4. **Theo** mình **nghĩ thì** Tae Joon nên luyện nói thật nhiều, luyện phát âm và học thuộc nhiều từ vựng nữa.

A suýt : ~할 뻔하다

어떤 일이 거의 일어날 것 같았는데 실제로는 일어나지 않았을 때 사용한다. 보통 그런 일이 일어나지 않아서 다행이거나 아쉽다는 느낌으로 이야기하며, 과거 시제만 사용한다.

Đường trơn nên tôi suýt bị ngã. 길이 너무 미끄러워서 넘어질 뻔했습니다.
Bộ phim buồn nên tôi suýt khóc. 영화가 너무 슬퍼서 울 뻔했습니다.
Tôi suýt mất ví vì làm rơi trên đường. 지갑이 길에 떨어져서 잃어버릴 뻔했습니다.
Tôi suýt được gặp tổng thống Mỹ. 미국 대통령을 만날 뻔했습니다.
Tôi suýt nhận được học bổng du học. 유학 장학금을 받을 뻔했습니다.
Tôi suýt thắng khi vật tay với bố. 아버지랑 팔씨름을 할 때 이길 뻔했습니다.

단어 học bổng 장학금   vật tay 팔씨름

문법 테스트 ① 'suýt'을 사용하여 다음 문장을 완성하세요.

| 보기 | bộ phim buồn / nên tôi / khóc
▶ Bộ phim buồn nên tôi suýt khóc.

01 buổi sáng ngủ dậy muộn / nên Hoa / đến công ty trễ

▶ Buổi sáng ngủ dậy muộn nên Hoa _____.

02 tôi / quên / cuộc hẹn với Hoa

▶ Tôi _____ cuộc hẹn với Hoa.

B lo rằng : ~할까 봐

어떤 행동이나 상황이 일어날 수도 있다는 두려움을 나타낸다. 같은 의미로 **lo rằng, sợ rằng**이 있다.

Tôi lo rằng tôi sẽ thi trượt. = Tôi sợ rằng tôi sẽ thi trượt.
시험에 떨어질까 봐 걱정입니다.

Tôi sợ rằng sẽ ngủ gật trong buổi học nên đã uống cà phê.
수업 시간에 졸까 봐 커피를 마셨습니다.

Hoa sợ rằng sẽ lỡ xe buýt nên cô ấy đã đi sớm.
화는 버스를 놓칠까 봐 일찍 나갔습니다.

문법 테스트 ② 다음 문장을 베트남어로 쓰세요.

01 저는 수업에 늦을까 봐 택시를 탔습니다.

▶ _____

02 저는 약속을 잊어버릴까 봐 메모를 했습니다. (ghi lại 메모하다)

▶ _____

문법 Giải thích ngữ pháp

C đã ~ lại còn … : ~(하)는 데다가 …하다

선행절의 동작이나 상태에 후행절의 동작이나 상태가 더해짐을 나타낸다. 선행절과 후행절은 주어가 서로 같고, 내용이 일관성을 가지며, 각 동사는 같은 성질의 것을 사용한다.

> Tae Joon đã thông minh lại còn chăm chỉ. 태준 씨는 머리가 좋은 데다가 열심히 합니다.
> Anh ấy đã uống rượu lại còn hút thuốc lá. 그는 술을 마시는 데다가 담배도 피웁니다.
> Phòng của Nana đã nhỏ lại còn không có cửa sổ. 나나의 방은 작은 데다가 창문도 없습니다.

주의

'đã ~ lại còn …'에서 đã는 과거를 가리키는 의미가 아니라 'lại còn …'과 결합한 하나의 표현으로 쓰인다. 여기에서 đã는 주어의 원래 특성 및 본질을 강조한다.

> Tae Joon đã thông minh lại còn chăm chỉ.
> 태준 씨는 (원래) 머리가 좋은 데다가 열심히 합니다.

Tip

'không những A mà còn B' (A뿐만 아니라 B도) 형식으로 사용할 수도 있다. 단, 'không những A mà còn B'의 경우, 선행절과 후행절의 주어가 같지 않아도 된다. (4과 참고)

> Tae Joon đã thông minh lại còn chăm chỉ. 태준 씨는 머리가 좋은 데다가 열심히 합니다.
> = Tae Joon không những thông minh mà còn chăm chỉ.

문법 테스트 ③ 'đã ~ lại còn'를 사용하여 다음 문장을 완성하세요.

| 보기 | Tae Joon / thông minh / chăm chỉ
▶ Tae Joon đã thông minh lại còn chăm chỉ.

01 tôi / mệt / bị mất ngủ

▶ Tôi _____.

02 môn toán / khó / không thú vị

▶ Môn toán _____.

단어 thông minh 영리한, 총명한   thuốc lá 담배   cửa sổ 창문

D theo ~ thì ... : ~하기에는/하기로는 …하다

추측하거나 들은 이야기로 자신의 생각을 말할 때 사용한다. 보통 **nghĩ**(생각하다), **thấy**(보다), **đoán**(추측하다), **nghe**(듣다), **biết**(알다) 등의 동사와 같이 사용한다.

Theo tôi thấy thì Tae Joon học giỏi nhất.
제가 보기에는 태준 씨가 공부를 제일 잘한 것 같습니다.

Theo tôi nghe thì họ bảo cuối tuần này đi du lịch.
내가 듣기로는 그들이 이번 주말에 여행을 간대.

Theo tôi nghĩ thì hoa hồng đẹp nhất.
제가 생각하기에는 장미가 제일 예쁩니다.

상대방의 생각을 묻거나 조언을 구할 때 사용하기도 한다.

Theo anh thấy thì nên mua cái áo nào?
당신이 보기에는 어떤 옷을 사면 좋겠어요?

Theo anh nghĩ thì chúng ta nên đi du lịch ở đâu?
당신이 생각하기에는 우리가 어디로 여행 가면 좋겠어요?

문법 테스트 ④ 다음 문장을 베트남어로 쓰세요.

01 제가 보기에 베트남어는 매우 어렵지 않습니다.

▶ _____

02 제가 추측하기에는 그들은 사랑하고 있습니다. (đoán 추측하다)

▶ _____

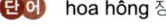
hoa hồng 장미

표현 넓히기 Mở rộng

➡ **교실**

선생님이 하는 말 (cô : 여자 선생님, thầy : 남자 선생님)	학생이 하는 말
Chào các em. Cô/thầy điểm danh xem ai vắng mặt nhé. 여러분 안녕하세요. 출석을 부르겠습니다. Hôm nay chúng ta học bài 2 nhé. 오늘은 제 2과를 공부합시다. Các em hãy nhìn lên bảng. 칠판을 보세요. Hãy mở sách ra. 책을 펼쳐보세요 Hãy đọc theo cô/ thầy. 따라 읽어보세요 Ai làm được bài tập này? 누가 이 문제를 풀 수 있나요? Các em chú ý nghe giảng nhé. 강의를 집중해서 듣도록 하세요. Các em đã hiểu chưa? 다 이해했나요? Ai chưa hiểu thì giơ tay lên nào. 아직 이해되지 않는 사람 손들어보세요. Chúng ta nghỉ 10 phút rồi học tiếp nhé. 10분간 쉬었다가 다시 시작할게요. Hôm nay chúng ta học đến đây nhé. 오늘은 여기까지 할게요. Hãy làm bài tập và mang đến vào buổi học sau nhé. 다음 수업까지 과제를 해오세요.	Xin lỗi cô/thầy em đến muộn ạ. 선생님, 늦게 와서 죄송합니다. Xin cô/thầy nói chậm một chút. 선생님, 천천히 말씀해주세요. Xin cô/thầy nói to một chút ạ. 선생님, 크게 말씀해주세요 Hôm trước chúng ta học đến hết bài 1 rồi ạ. 지난번에 1과까지 배웠습니다. Cô/thầy ơi, em muốn hỏi ạ. 선생님, 물어볼 것이 있습니다. Xin cô/thầy hãy viết to lên một chút ạ. 선생님, 글씨를 크게 써 주세요. Xin cô/thầy hãy giới thiệu cho em những loại sách tốt ạ. 좋은 교재를 추천해 주세요. Để em thử giải bài này xem ạ. 제가 이 문제를 풀어볼게요. Bài thi khó quá ạ. 시험이 너무 어려웠어요. Cô/thầy ơi, khi nào thi ạ? 선생님, 시험은 언제 보나요? Phạm vi thi là đến phần nào ạ? 시험범위는 어디까지 입니까? Em vẫn chưa hiểu. Xin cô/thầy hãy giải thích lại một lần nữa ạ. 잘 모르겠습니다. 이 문제를 다시 한 번 설명해주세요.

주요단어
MP3 10-2

● 학교

유치원	trường mẫu giáo/ trường mầm non	전문대학	trường đại học chuyên môn/ trường nghề
초등학교	trường cấp 1	사이버 대학교	trường đại học trực tuyến
중학교	trường cấp 2	국립학교	trường quốc lập
고등학교	trường cấp 3	공립학교	trường công lập
대학교	trường đại học	사립학교	trường tư thục

● 학교 생활

등록금	tiền đăng ký học	성적표	bảng điểm
학기	học kỳ	학점	điểm, tín chỉ
입학하다	nhập học	강의실	phòng học
수강하다	thụ giảng, nghe giảng	휴강	nghỉ dạy
수강 신청하다	đăng ký học	종강	kết thúc môn học
졸업하다	tốt nghiệp	중간고사	thi giữa kỳ
강의를 듣다	nghe giảng	기말고사	thi cuối kỳ
숙제를 하다	làm bài tập	장학금을 받다	nhận học bổng
시험을 보다	thi	보고서를 제출하다	nộp báo cáo

● 학교 행사

입학식	lễ khai giảng	신입생 환영회	lễ đón sinh viên mới
오리엔테이션	giới thiệu nhập học	졸업생 환송회	lễ tiễn sinh viên tốt nghiệp
졸업식	lễ tốt nghiệp	MT	dã ngoại tập thể
체육대회	đại hội thể thao	축제	lễ hội
발표회	buổi thuyết trình	사은회	lễ cảm ơn

연습문제

1. 다음 문장들을 베트남어로 쓰세요.

   | 보기 | 나나는 계단에서 넘어질 뻔했어요.
   ▶ Nana suýt bị ngã cầu thang.

   (1) 태산 씨는 버스를 놓칠 뻔했어요. (lỡ 놓치다)

   ▶ _____

   (2) 화는 수업에 늦을 뻔했어요.

   ▶ _____

   (3) 존은 사고가 날 뻔했어요. (bị tai nạn 사고가 나다)

   ▶ _____

2. 대화를 듣고 질문에 답하세요. MP3 10-3

   (1) Họ đang nói về việc gì?

   ▶ _____

   (2) Hoa định đăng ký mấy môn học?

   ▶ _____

3. 다음 대화를 읽고, 질문에 답하세요.

Hoa	Nana bây giờ học năm thứ mấy nhỉ?
Nana	Mình học năm thứ 2.
Hoa	Bạn đã học tiếng Việt từ trước khi nhập học vào trường đại học à?
Nana	Không, trước khi nhập học mình không biết tiếng Việt. Sau khi nhập học mình mới bắt đầu học từ bảng chữ cái.
Hoa	Thế à? Nhưng bạn nói tiếng Việt rất giỏi.
Nana	Cảm ơn Hoa, mình vẫn còn kém lắm.
Hoa	Sau khi tốt nghiệp Nana sẽ làm gì?
Nana	Mình định làm việc ở Việt Nam.

(1) Nana đang học năm thứ 1 phải không?

▶ _____

(2) Nana đã học tiếng Việt từ bao giờ?

▶ _____

4. MP3 파일을 들으며, 다음 발음을 연습하세요. MP3 10-4

học kỳ 학기	học bổng 장학금	đại học 대학
nhập học 입학하다	tốt nghiệp 졸업하다	nghe giảng 강의를 듣다

• 베트남의 교육 •

베트남의 모든 교육 과정은 남녀공학이다. 베트남에서는 체벌이 금지되어 있으며, 문제 학생은 단호하게 수업에서 쫓아낸다.

시험은 10점(điểm 10) 만점제로 5점 이하면 낙제이다. 한 학기에 끼엠짜(kiểm tra)라는 임시 시험이 2~3번 있고, 바이 티(bài thi)라는 본시험은 학기말에 한 번 있다.

학기는 9월 초에 시작하여 다음 해 1월 중순에 끝나며, 한 달을 쉬고 음력설(Tết) 1~2주 후에 2학기를 시작하여 6월말까지 수업을 하면 1년 과정이 끝난다.

베트남은 초등학교 5년, 중학교 4년, 고등학교 3년으로 되어 있으며, 초등학교부터 중학교까지는 의무교육이다. 대학교는 크게 2년제 대학과 4년제 대학으로 나뉘는데 2년제 대학은 '전문대학'(Trường cao đẳng/Trường nghề)이라 부른다. 대학원 과정은 석사과정(2년 이상)과 박사과정(3년 이상)으로 나뉜다.

초등학교는 cấp 1, 중학교는 cấp 2, 고등학교는 cấp 3이라고 하며, 초등학교 1~5학년은 lớp 1~5, 중학교 1~4학년은 lớp 6~9; 고등학교 1~3학년은 lớp 10~12로 구분한다.

Sau đại học 대학원	
Đại học và cao đẳng 대학과 칼리지	
Trung học chuyên nghiệp 중급 기술자를 양성하는 전문학교	
Trung học phổ thông / cấp 3 고등학교	Lớp 12 (3학년)
	Lớp 11 (2학년)
	Lớp 10 (1학년)
Trung học cơ sở / cấp 2 중학교	Lớp 9 (4학년)
	Lớp 8 (3학년)
	Lớp 7 (2학년)
	Lớp 6 (1학년)
Tiểu học / cấp 1 초등학교	Lớp 5 (5학년)
	Lớp 4 (4학년)
	Lớp 3 (3학년)
	Lớp 2 (2학년)
	Lớp 1 (1학년)
Mầm non 유치원	

Bài 11

Có áo dài truyền thống và áo dài cách tân. Em muốn chọn loại nào?

전통 아오자이와 개량 아오자이가 있어요.
어떤 것을 선택할래요?

학습내용

- đang định + 동사: ~려던 참이다
- chẳng phải là ~ còn gì: ~ 잖아요
- đang nghĩ xem có nên ~ hay không: ~할까 말까 생각 중이다
- 명사 + chính là: ~(이)야말로

 **Hội thoại**

Hoa	Mẹ ơi, con muốn may một bộ áo dài. Mẹ đi cùng con được không?
Hiền	Được chứ. Mẹ cũng đang định đi may một bộ.
Hoa	Chẳng phải là mẹ đã có áo dài rồi còn gì.
Hiền	Mẹ định may một bộ mới vì bộ cũ của mẹ bị chật rồi.
Hoa	Vậy, bây giờ mình đi nhé.

* * *

Hoa	Chào chị, em và mẹ muốn may áo dài ạ.
Thợ may	Có áo dài truyền thống và áo dài cách tân. Em muốn chọn loại nào?
Hoa	Em đang nghĩ xem có nên may áo dài cách tân hay không. Mẹ ơi, mẹ thích kiểu nào?
Hiền	Mẹ thích áo dài cách tân.
Thợ may	Đây là kiểu dáng mẫu, em mặc thử đi.
Hoa	Ôi, đẹp quá. Kiểu dáng này chính là cái em và mẹ muốn tìm.

해석

화	엄마! 저 아오자이 한 벌 맞추고 싶어요. 같이 가실래요?
히엔	나도 한 벌 맞추려던 참이었는데.
화	엄마는 이미 아오자이가 있잖아요.
히엔	그 아오자이는 몸에 끼어서 새 걸로 한 벌 맞추려고 해.
화	그럼, 지금 가요.

* * *

화	안녕하세요. 저와 엄마가 아오자이를 맞추고 싶어서 왔어요.
재봉사	전통 아오자이와 개량 아오자이가 있어요. 어떤 것으로 하시겠습니까?
화	개량 아오자이를 맞출까 고민 중이에요. 엄마, 어떤 디자인이 좋아요?
히엔	나는 개량 아오자이가 좋아.
재봉사	여기 샘플 옷이 있는데, 한번 입어볼래요?
화	우와, 예쁘네요. 이 디자인이야말로 저와 엄마가 찾던 거예요.

단어

- **may** (옷을) 맞추다
- **mới** 새롭다
- **cách tân** 파격하다, 혁신하다
- **mặc thử** 입어보다
- **bộ** 벌
- **chật** 좁다, 옷이 끼다
- **kiểu dáng** 디자인
- **áo dài** 아오자이(베트남 전통복)
- **truyền thống** 전통
- **mẫu** 샘플

문법 Ngữ pháp

대화 다시 보기

1. Mẹ cũng đang định đi may một bộ.

2. Chẳng phải là mẹ đã có áo dài rồi còn gì.

3. Em đang nghĩ xem có nên may áo dài cách tân hay không.

4. Kiểu dáng này chính là cái em và mẹ muốn tìm.

A đang định + 동사 : ~려던 참이다

이야기를 하는 그 순간이나 가까운 미래에 어떤 일을 하려고 계획하고 있었음을 나타내는 표현이다.

A: Quyển sách này rất thú vị. 이 책은 정말 재미있어요.
B: Vậy à? Tôi cũng đang định đọc. 그래요? 저도 읽어보려던 참이었어요.

A: Tôi định uống cà phê, anh có uống không? 커피를 마시려고 하는데 같이 마실래요?
B: Có. Tôi cũng đang định đi uống cà phê. 좋죠. 저도 커피를 마시려던 참이에요.

> **Tip**
> định(~(으)려고 하다)은 먼 미래의 일도 사용할 수 있지만 đang định은 먼 미래의 일에는 사용할 수 없다.
> Tôi **định** năm sau đi du học. 나는 내년에 유학을 가려고 해요.   (O)
> Tôi **đang định** năm sau đi du học. 나는 내년에 유학 가려던 참이에요.   (X)

단어 du học 유학 가다

A đang định + 동사 + đây

일상생활에서 자주 쓰는 표현으로, 상대방이 묻는 내용을 이미 본인이 계획하여 진행할 준비가 되어 있을 경우 그 의미를 강조하기 위하여 문장 끝에 **đây**를 넣는다. 그때 **đây**는 '지금, 당장, 바로'라는 의미가 있다.

A: **Con không đi học à?** 학교에 안 가니?
B: **Con đang định đi đây ạ.** 네 지금 갑니다. (지금 가려던 참입니다.)

A: **Khi nào cậu đi hiệu sách thì rủ mình với nhé.**
서점 갈 때 알려줘, 같이 가.
B: **Mình đang định đi bây giờ đây, cậu có đi luôn không?**
지금 가는데 (지금 가려던 참인데) 같이 갈래?

문법 테스트 ① 다음 문장을 베트남어로 쓰세요.

01 A: **Anh đang làm gì vậy?**
    B: 밥을 먹으려던 참이에요. ▶ _____

02 A: **Trời lạnh nên tôi đóng cửa nhé.**
    B: 나도 문을 닫으려던 참이었어요. ▶ _____

03 A: **Hôm nay cậu có đi chợ không? Mua hộ mình ít đồ ăn nhé.**
    B: 응, 지금 가려던 참인데 뭘 사고 싶니? ▶ _____

04 A: **Khi nào gặp cô ấy cho tôi gửi lời hỏi thăm.**
    B: 안 그래도 지금 전화하려던 참인데 잠깐 바꿔줄까?
       ▶ _____

 mây đen 먹구름

문법 Giải thích ngữ pháp

B chẳng phải là ~ còn gì : ~잖아요

어떤 일에 대해 당연히 그러함을 나타내는 표현이다. 상대방이 잊어버린 일을 상기시키며 말할 때도 쓴다.

A: Hôm nay chắc trời sẽ mưa. 오늘 비가 오겠네요.
B: Tại sao? 왜요?
A: Chẳng phải là có nhiều mây đen đằng kia còn gì. 저기 먹구름이 많이 끼었잖아요.

A: Túi của tôi ở đâu nhỉ? 내 가방이 어디 있지?
B: Chẳng phải là ở đây còn gì. 여기 있잖아.

문법 테스트② 'Chẳng phải là ~ còn gì'를 사용하여 대화를 완성하세요.

01 A: Tae San nói tiếng Anh giỏi quá.
    B: _____ (태산 씨는 미국에서 공부했잖아요.)

02 A: Chúng ta ăn thịt nướng nhé?
    B: _____ (어제 삼겹살을 먹었잖아요.)

C đang nghĩ xem có nên ~ hay không : ~할까 말까 생각 중이다

▫ 주어 + đang nghĩ xem có nên + 동사 + hay không

Tôi đang nghĩ xem có nên mua Hanbok hay không.
한복을 살까 말까 생각 중입니다.

Tôi đang nghĩ xem có nên đi du học Hàn Quốc hay không.
한국으로 유학을 갈까 말까 생각 중입니다.

Tôi đang nghĩ xem có nên nói bí mật ấy cho mẹ hay không.
어머니한테 그 비밀을 얘기할까 말까 생각 중입니다.

단어 bí mật 비밀

✏️ **문법 테스트 ③** 'đang nghĩ xem có nên ~ hay không'을 사용하여 문장을 완성하세요.

01 đi du lịch Jeju

▶ _____

02 kết hôn vào năm nay

▶ _____

🔵 D 명사 + chính là : ~(이)야말로

명사를 강조할 때 사용한다. 'chính là'은 '지정하여 강조함'을 뜻한다. 즉, 다른 것도 많지만 앞의 명사가 최고라는 것을 강조하는 표현이다. 이때 chính은 명사 앞에 와도 되고, 뒤에 와도 된다.

Bố mẹ **chính là** những người mà tôi yêu nhất.
(= **Chính** bố mẹ **là** những người mà tôi yêu nhất.)
부모님이야말로 제가 가장 사랑하는 분들입니다.

Phở **chính là** món ăn tiêu biểu của Việt Nam.
쌀국수야말로 베트남을 대표하는 음식입니다.

Áo dài **chính là** trang phục truyền thống của Việt Nam.
아오자이야말로 베트남의 전통 옷입니다.

A: Ngày anh chờ đợi nhất trong 1 năm là ngày nào? 일년 중에서 가장 기다리는 날이 언제예요?
B: Tết **chính là** ngày tôi chờ đợi nhất trong 1 năm. 설날이야말로 가장 기다리는 날이에요.

✏️ **문법 테스트 ④** 다음 문장을 해석하세요.

01 Mùa xuân chính là mùa tôi thích nhất.

▶ _____

02 Hanbok chính là trang phục truyền thống của Hàn Quốc.

▶ _____

표현 넓히기 Mở rộng

➔ 옷과 액세서리 착용

한국어에서 '옷을 입다', '신발을 신다', '모자를 쓰다', '반지를 끼다' 등 무엇을 착용하느냐에 따라 동사가 달라지듯이, 베트남어도 착용하는 물건의 종류에 따라서 mặc, đi, đội, quàng, đeo, cởi, tháo 등 다양한 동사를 사용한다.

- **mặc** 입다

  quần(바지), quần bò/quần jean(청바지), áo(옷), áo khoác(외투), váy(치마), sơ mi(셔츠), áo mặc trong(내복), áo ngủ(잠옷) 등 옷과 바지의 모든 종류

  mặc quần 바지를 입다   **mặc áo** 옷을 입다   **mặc váy** 치마를 입다

- **đi/xỏ** (북쪽 지방 용어), **mang** (남쪽 지방 용어) 신다, 끼다

  giày(신발, 구두), tất(양말), găng tay(장갑) 등

  đi/xỏ/mang giày 신발/구두를 신다   **đi/xỏ/mang tất** 양말을 신다
  đi/xỏ/mang găng tay 장갑을 끼다

- **đội** 쓰다

  mũ(모자), nón(갓) 등 머리에 쓰는 것

  đội mũ 모자를 쓰다   **đội nón** 논을 쓰다 (nón 베트남 전통 모자)

- **quàng** 두르다

  quàng khăn 목도리를 두르다/스카프를 하다

- **đeo** 끼다, 매다, 차다

  cà vạt(넥타이), đồng hồ(시계), kính(안경), thắt lưng(벨트), vòng cổ(목걸이), vòng tay(팔찌), khuyên tai(귀걸이), nhẫn(반지) 등

  đeo cà vạt 넥타이를 매다   **đeo đồng hồ** 시계를 차다   **đeo kính** 안경을 끼다

- **cởi, tháo** 벗다

  áo(옷), giày(신발), tất(양말), găng tay(장갑), cà vạt(넥타이), thắt lưng(벨트) 등

 MP3 11-2

● 옷

바지	quần	드레스	váy đầm
청바지	quần bò	잠옷	áo ngủ
치마	váy	잠바	áo khoác
옷	áo	민소매옷	áo hai dây
셔츠	áo sơ mi	반바지	quần soóc
외투	áo choàng	재킷	áo jacket
내복	áo mặc trong	수영복	áo tắm, đồ bơi
양복	âu phục	운동복	quần áo thể thao
티셔츠	áo phông	아동복	quần áo trẻ em
조끼	áo gi lê	숙녀복	quần áo nữ
스웨터	áo len	남성복	quần áo nam

● 패션 잡화

신발/구두	giày	가방	túi
샌들	dép xăng-đan	핸드백	túi xách tay
운동화	giày thể thao	모자	mũ
슬리퍼	dép đi trong nhà	시계	đồng hồ
손수건	khăn tay, khăn mùi xoa	넥타이	cà vạt
목도리	khăn quàng cổ	거울	gương tay
안경	kính	장갑	găng tay
선글라스	kính râm	벨트	thắt lưng

연습문제

1. 다음 대화를 읽고 질문에 답하세요.

Hiền	Em muốn mua một đôi giày mới.
Quân	Anh cũng đang định mua một đôi giày mới.
Hiền	Vậy, bây giờ chúng ta đi nhé.
Quân	Được thôi. Em thích giày màu gì?
Hiền	Em đang nghĩ xem có nên mua thêm một đôi giày màu đỏ nữa hay không.
Quân	Chẳng phải là em có 2 đôi màu đỏ rồi còn gì.
Hiền	Vâng, nhưng em thích màu đỏ nên muốn mua thêm.

   (1) Hiền muốn mua gì?
   ▶ _____

   (2) Hiền đã có 2 đôi giày màu đen phải không?
   ▶ _____

2. 다음 대화를 베트남어로 쓰세요.

장	: 안녕하세요. 한복을 맞추고 싶어서 왔어요.
재봉사	: 전통 한복과 개량 한복이 있어요. 어떤 것으로 하시겠습니까?
장	: 전통 한복을 맞출까 고민 중이에요.
재봉사	: 여기 샘플이 있는데, 한번 입어볼래요?
장	: 우와, 예쁘네요. 이 디자인이야말로 제가 찾던 거예요.

   Trang : _____

   Thợ may : _____

   Trang : _____

   Thợ may : _____

   Trang : _____

3. 문장을 듣고 빈칸에 알맞은 말을 〈보기〉에서 골라 쓰세요.   MP3 11-3

| 보기 | đeo   mặc   cởi   tháo   đi   quàng   đội

(1) Sáng nay, tôi ngủ dậy muộn. Tôi vội vàng đánh răng, rửa mặt, _____ quần áo, _____ cà vạt, _____ giày rồi sau đó đi làm.

(2) Trời lạnh nên nếu đi ra ngoài thì phải _____ khăn nhé.

(3) Trời nắng nên nếu đi ra ngoài thì phải _____ mũ nhé.

(4) Hãy _____ giày dép trước khi vào nhà.

(5) Anh ấy thường _____ kính khi đi ngủ.

4. MP3 파일을 들으며, 다음 발음을 연습하세요.   MP3 11-4

áo dài 아오자이   truyền thống 전통   cách tân 개량

trang phục 복장   quần áo 의상   giày dép 신발

nón lá 베트남 전통 모자

베트남 알아보기

• 베트남의 전통 의상 •

아오자이는 베트남의 전통 의상이다. 베트남 사람들은 18세기 초부터 오랫동안 아오자이를 입어 왔지만 오늘날 아오자이를 입는 사람은 과거에 비해 많이 줄었다. 아오자이라는 말은 '옷'을 의미하는 áo와 '길다'는 뜻의 dài가 합쳐진 말로, 말 그대로 '긴 옷'이라는 뜻이다.

아오자이는 주로 흰 천을 사용하여 만든다. 보통 결혼하지 않은 여자는 흰색 아오자이를 입고, 결혼한 여자는 여러 가지 색깔이 있는 아오자이를 입는다. 흰색 아오자이는 고등학생들의 교복이기도 하다. 베트남 사람들은 주로 빨간색, 분홍색, 노란색 등 화려한 색을 선호하며 상황과 취향에 따라 색을 달리하여 입기도 한다. 아오자이와 함께 햇빛과 비를 막아주는 논라(Nón lá)라는 원추형 모자를 쓰기도 한다.

아오자이는 긴 드레스 모양으로 허리 부분이 잘록하게 들어가 있고, 윗옷이 허리 아래까지 길게 내려와 있다. 윗옷의 단추는 가운데가 아닌 오른쪽에 달려 있으며 양 허리 옆으로 옷이 트여 있어서 시원한 느낌을 준다. 아오자이는 여성의 옷만 지칭하는 것이 아니라 남성의 옷도 포함한다. 남성의 옷은 아오 태(Áo the)라고 부르며 칸셉(Khăn xếp)이라 불리는 장신구를 머리에 쓴다. 하지만 현대의 남성들은 아오 태를 잘 입지 않기 때문에 아오자이는 주로 베트남 여성의 전통의상으로 인식되고 있다.

H'mong 족의 전통 의상

베트남의 전통 복장에는 아오자이 외에도 다양한 옷이 있다. 베트남에는 54개의 소수민족이 있는데, 그들은 목걸이와 팔찌, 비녀 등의 장신구를 통해 자기 민족의 정체성을 드러내며, 의상 역시 자기 민족만의 독특하고 개성적인 문양과 색이 있다.

Bài

12

Tết là một trong những ngày lễ lớn nhất ở Việt Nam.

설날은 베트남의 가장 큰 명절 가운데 하나예요.

학습내용

- **chỉ + 동사/형용사/명사 + thôi:** 단지 ~ㄹ 뿐이다/~뿐이다
- **coi như là ~ :** ~인/한 셈이다
- **một trong những + 복수 명사:** ~ 중 하나
- **chúc mừng:** 축하하다

 Hội thoại

Hoa	Sắp đến Tết rồi, Nana có dự định gì không?
Nana	Mình định năm nay sẽ ở Việt Nam ăn Tết.
Hoa	Sao Nana không về Trung Quốc ăn Tết?
Nana	Mình chỉ được nghỉ 5 ngày thôi, nên mình định ăn Tết ở Việt Nam.
Hoa	Nhưng không về quê ăn Tết thì sẽ cô đơn lắm.
Nana	Mình đã ở Việt Nam 2 năm nên Việt Nam cũng coi như là quê hương của mình vậy.
Hoa	Vậy, Tết năm nay Nana đến nhà mình chơi và ăn bánh chưng nhé.
Nana	Được thôi, nhưng bánh chưng là món ăn gì vậy?
Hoa	Tết là một trong những ngày lễ lớn nhất ở Việt Nam và bánh chưng là món ăn truyền thống không thể thiếu vào ngày Tết.
Nana	Vậy, Tết này nhất định mình sẽ đến nhà Hoa chơi. À, Hoa ơi, câu 'Happy New Year' tiếng Việt nói thế nào nhỉ?
Hoa	Câu ấy tiếng Việt nói là 'Chúc mừng năm mới'.

해석

화	곧 설날이 다가오는데 나나는 무슨 계획이 있어?
나나	난 올해는 베트남에서 설을 보내려고 해.
화	왜 중국에 가서 설을 보내지 않아?
나나	이번 연휴가 5일뿐이라서 베트남에서 보내기로 했어.
화	하지만 고향에서 설을 보내지 않으면 외로울 텐데.
나나	베트남에서 2년이나 살았으니까 베트남도 고향인 셈이야.
화	그럼, 올해 설날에는 우리 집에 가서 바잉쯩을 먹자.
나나	좋지, 그런데 바잉쯩은 무슨 음식이야?
화	설날은 베트남의 가장 큰 명절들 중의 하나이고, 바잉쯩은 설날에 빠질 수 없는 전통 음식이야.
나나	그럼, 이번 설날에는 화의 집에 꼭 놀러 갈게.
	아, 화, 'Happy New Year'를 베트남어로 어떻게 말하지?
화	베트남어로 '쭉 믕 남 머이'라고 해.

단어

- sắp 곧
- ăn Tết 설을 지내다
- cô đơn 외롭다
- một trong những ~가운데 하나
- truyền thống 전통
- câu 문장
- Tết 설날
- chỉ ~ㄹ 뿐이다
- coi như là ~셈이다
- ngày lễ 명절
- thiếu 부족하다
- chúc mừng 축하하다
- dự định 예정, 계획
- quê hương 고향
- bánh chưng
  설날에 먹는 베트남 전통 음식
- nhất định 꼭
- năm mới 새해

12. Tết là một trong những ngày lễ lớn nhất ở Việt Nam.

문법 Ngữ pháp

> 🔊 대화 다시 보기

1. Mình chỉ được nghỉ 5 ngày thôi, nên mình định ăn Tết ở Việt Nam.

2. Mình đã ở Việt Nam 2 năm nên Việt Nam coi như là quê hương của mình rồi.

3. Tết là một trong những ngày lễ lớn nhất ở Việt Nam.

4. Câu ấy tiếng Việt nói là 'Chúc mừng năm mới'.

Ⓐ chỉ + 동사/형용사/명사 + thôi : 단지 ~ㄹ 뿐이다/~뿐이다

chỉ는 '단지, 다만', thôi는 '~만'이란 뜻의 부사로, 'chỉ+동사/형용사/명사+thôi'는 '단지 ~ㄹ 뿐이다' '단지 ~뿐이다'라는 뜻이다.

Vì mệt nên tôi chỉ muốn ngủ thôi. 피곤해서 잠만 자고 싶을 뿐이에요.
Câu chuyện đó chỉ là tin đồn thôi. 그 이야기는 소문일 뿐이에요.
Tôi chỉ biết tên của người ấy thôi. 저는 그냥 그 사람의 이름을 알 뿐입니다.

chỉ나 thôi 둘 중 하나를 생략할 수 있다.

Tôi chỉ uống sữa thôi. 우유만 마실 뿐입니다.
= Tôi chỉ uống sữa.
= Tôi uống sữa thôi.

> 단어 sữa 우유

문법 테스트 ① 'chỉ'를 사용하여 문장을 완성하세요.

| 보기 | Tôi / biết tên của người ấy
▶ Tôi chỉ biết tên của người ấy thôi.

01 Nana / đi chơi vào cuối tuần

▶ _____

02 tôi / yêu cô ấy

▶ _____

B coi như là ~ : ~인/한 셈이다

꼭 같지는 않지만, 그런 정도이거나 그것과 유사한 결과임을 나타낸다.

Tôi đã sống ở Việt Nam 10 năm nên Việt Nam coi như là quê hương của tôi.
베트남에서 10년 이상 살았으니까 베트남이 고향인 셈입니다.

98% nhân viên đã đồng ý nên coi như là tất cả đồng ý.
직원의 98%가 찬성했으니까 모두가 찬성한 셈입니다.

A: Bạn đã làm hết 10 bài tập chưa? 숙제를 다 했나요?
B: Chỉ còn một bài nên coi như là đã làm hết rồi. 하나만 남았으니까 거의 다 한 셈이에요.

문법 테스트 ② 다음 대화를 해석하세요.

01 A: Anh đã ăn sáng chưa?

B: Tôi chỉ uống sữa nên coi như là chưa ăn sáng.

▶ _____
_____

단어 quê hương 고향

12. Tết là một trong những ngày lễ lớn nhất ở Việt Nam.

문법 Giải thích ngữ pháp

02 A: Một tuần tôi phải đi công tác 6 ngày.
    B: Vậy, coi như là anh đi công tác cả tuần.

▶ _____

ⓒ một trong những + 복수 명사 : ~ 중 하나

'một'은 '하나', 'trong'은 '~중', 'những'은 '~들'이라는 의미로, 'một trong những+명사' 구조로 써서 '(명사)들 중 하나'라는 표현이다.

Tết là một trong những ngày lễ lớn nhất ở Việt Nam.
설날은 베트남의 가장 큰 명절들 중 하나입니다.

Cô ấy là một trong những người bạn của tôi.
그녀는 내 친구들 중 하나입니다.

Phở là một trong những món ăn người Việt Nam thích ăn nhất.
쌀국수는 베트남 사람이 가장 즐겨 먹는 음식들 중 하나입니다.

✏️ **문법 테스트 ③** 'một trong những'를 사용하여 다음 문장을 완성하세요.

| 보기 | cô ấy / người bạn của tôi
▶ Cô ấy là một trong những người bạn của tôi.

01 hoa hồng / loại hoa tôi thích nhất

▶ _____

02 Titanic / bộ phim tôi thích nhất.

▶ _____

D chúc mừng : 축하하다

chúc은 '축하하다', '빌다', mừng은 '기뻐하다', '축하하다'라는 뜻으로, 두 단어를 같이 사용하여 '축하합니다'라는 의미가 된다. 'chúc mừng+명사' 또는 'chúc+절/동사'의 형식으로 쓴다.

☑ Chúc mừng + 명사/대명사

Chúc mừng năm mới. 새해 복 많이 받으세요.
Chúc mừng sinh nhật. 생일 축하합니다.
Chúc mừng khai trương. 개업 축하합니다.

☑ Chúc + 절/ 동사 : ~하기를 바라다/빌다

Chúc sống lâu trăm tuổi. 만수무강하세요.
Chúc thành công. 성공을 기원합니다.
Chúc (anh/chị) thi tốt. 시험 잘 보기를 바랍니다.
Chúc (anh/chị) phỏng vấn tốt. 면접 잘 보기를 바랍니다.

문법 테스트 ④ 다음 문장을 베트남어로 쓰세요.

01 졸업을 축하합니다.
▶ _____

02 결혼을 축하합니다.
▶ _____

03 좋은 직장 구할 수 있기를 바라겠습니다.
▶ _____

04 사업 잘 되기를 바랍니다. (thuận lợi 잘 되다, 순조롭다)
▶ _____

단어 sinh nhật 생일   khai trương 개업   sống lâu 오래 살다   trăm tuổi 100세   thành công 성공, 성공하다

표현넓히기 Mở rộng

➡ 명절

설날은 베트남의 가장 큰 명절이며, 음력 1월 1일입니다. 이날은 묵은해를 보내고 새해를 맞이하며, 건강하고 복된 한 해를 기원하는 의미로 여러 가지 일을 합니다.
다음은 베트남에서 명절 때 하는 일입니다.

- Dọn dẹp và trang trí nhà cửa 집을 청소하고 꾸미다
- Mua cây quất hoặc hoa mai hoặc hoa đào 금귤나무나 매화나무나 벚꽃나무를 사놓다
- Về quê 고향에 가다
- Đặt vé tàu/vé xe buýt 기차표/버스표를 예매하다
- Cúi lạy 세배를 하다
- Đi viếng mộ 성묘를 하다
- Cúng lễ tổ tiên 차례를 지내다
- Làm món ăn truyền thống 전통 음식을 만들다
- Chuẩn bị thức ăn 음식을 차리다
- Đi chợ 장을 보다

설날에 베트남 사람들이 제일 많이 사용하는 신년 인사는 "Chúc mừng năm mới."입니다. '새해 복 많이 받으세요'라는 뜻입니다.
다음은 설날에 자주 사용하는 여러 인사말이나 덕담들입니다.

Chúc anh(chị, ⋯) một năm mới an khang, thịnh vượng.
새해를 맞이하여 건강하고 풍요롭길 기원합니다.

Chúc anh(chị, ⋯) sang năm mới vui tươi, hạnh phúc, phát tài phát lộc.
새해를 맞이하여 기쁘고 행복하고 복 많이 받으세요.

Chúc anh(chị, ⋯) sang năm mới vui tươi, khỏe mạnh và gặp nhiều may mắn.
새해를 맞이하여 기쁘고 건강하고 행운이 있길 기원합니다.

Chúc anh(chị, ⋯) cùng gia đình một năm mới an khang, hạnh phúc và vạn sự như ý. 새해를 맞이하여 건강하고 행복하고 모든 일이 뜻대로 되시길 기원합니다.

Năm mới, chúc anh(chị, ⋯) dồi dào sức khỏe, làm ăn càng ngày càng phát đạt. 새해를 맞이하여 건강하고 사업이 날로 번창하시길 바랍니다.

● 베트남의 명절과 축제

설날 (음력 1.1)	Tết = Tết Nguyên Đán = Tết âm lịch
베트남 공산당 창립 기일 (양력 2.3)	ngày thành lập Đảng
국조(베트남을 건국한 역대 훙왕) 기일 (음력 3.10)	giỗ tổ = giỗ tổ Hùng Vương
국제 여성의 날 (양력 3.8)	ngày quốc tế phụ nữ
베트남 여성의 날 (양력 10.20)	ngày phụ nữ Việt Nam
석가탄신일 (음력 4.8)	ngày Phật Đản
남부 해방 기념일 (양력 4.30)	ngày giải phóng miền Nam
국제 노동절 (양력 5.1)	ngày quốc tế lao động
어린이날 (양력 6.1)	ngày quốc tế thiếu nhi
어머니의 날 (Vu lan) (음력 7.15)	ngày lễ Vu Lan
현충일 (양력 7.27)	ngày thương binh liệt sĩ
추석 (음력 8.15)	Trung thu
개국기념일 (양력 9.2)	ngày quốc khánh
호치민의 생일 (양력 5.19)	ngày sinh của chủ tịch Hồ Chí Minh
하노이 해방 기념일 (양력 10.10)	ngày giải phóng thủ đô (Hà Nội)
스승의 날 (양력 11.20)	ngày nhà giáo Việt Nam
베트남 인민군 창설 기념일 (양력 12.22)	ngày thành lập quân đội nhân dân Việt Nam
크리스마스 (양력 12.25)	ngày lễ giáng sinh

연습문제

1. 다음 빈칸에 알맞은 말을 〈보기〉에서 골라 쓰세요.

보기	năm mới	món ăn	ngày lễ
	chỉ	một trong những	quê hương

   (1) Vì mệt nên tôi _____ muốn ngủ thôi.

   (2) Phở là _____ món ăn người Việt Nam thích ăn nhất.

   (3) Anh đã từng ăn thử _____ truyền thống của Việt Nam chưa?

   (4) Tôi đã sống ở Việt Nam 10 năm nên Việt Nam coi như là _____ của tôi.

   (5) Chúc mừng _____.

   (6) _____ lớn nhất ở Hàn Quốc là ngày nào?

2. 대화를 듣고, 대화의 내용과 일치하면 O, 일치하지 않으면 X 표시하세요. 🎧 MP3 **12-3**

   (1) Tae San và Trang chúc mừng sinh nhật bố mẹ.   (   )

   (2) Tae San đã chúc bố mẹ một năm mới nhiều sức khỏe, an khang, thịnh vượng.   (   )

   (3) Bố mẹ không chúc mừng năm mới Tae San và Trang.   (   )

3. 다음 대화를 참고하여 자기 나라의 명절에 대해 이야기하는 대화를 만드세요.

> Tae Joon Ngày lễ lớn nhất ở Việt Nam là ngày nào?
> Hoa Ngày lễ lớn nhất ở Việt Nam là ngày Tết.
> Tae Joon Ngày Tết là ngày nào?
> Hoa Là ngày 1 tháng 1 âm lịch.
> Tae Joon Người Việt Nam thường làm gì vào ngày Tết?
> Hoa Người Việt Nam thường cúng tổ tiên và lì xì tiền mừng tuổi.
> Tae Joon Người Việt Nam có món ăn đặc biệt gì vào ngày Tết?
> Hoa Người Việt Nam thường ăn bánh chưng vào ngày Tết.

Hoa Ngày lễ lớn nhất ở Hàn Quốc là ngày nào?

Tôi _____

Hoa Ngày _____ là ngày nào?

Tôi _____

Hoa Người Hàn Quốc thường làm gì vào ngày _____?

Tôi _____

4. 위에서 만든 대화문을 참고하여 자기 나라의 명절에 대해 쓰세요.

_____
_____
_____
_____

베트남 알아보기

• 베트남 설날 •

베트남의 설날은 Tết이라고 한다. 중국과 한국처럼 음력 1월 1일이다. 베트남에서 Tết은 1년 중 가장 큰 명절로, 이날에는 친척, 선생님, 이웃의 집을 방문해 서로 덕담을 나누고 복을 기원하며 어린이들에게 세뱃돈을 주는 풍습이 있다.

베트남의 Tết은 법정 휴일이 4일이지만 대부분의 사람들은 2주 이상의 연휴를 보낸다. 이 기간 동안 사람들은 대부분 고향에 내려가서 가족들과 함께 설을 보낸다.

베트남에서는 설날이 되면 집이나 가게, 회사 등에 열매가 열리는 나무나 꽃나무를 가져다 놓는다. 북부지역은 주로 복숭아 나무(cây đào)나 금귤나무(cây quất)를, 남부지역은 매화나무(cây mai)를 선호한다.

설날에는 바잉 쯩(bánh chưng)과 바잉 자이(bánh dày)라는 두 종류의 떡을 먹는다. 모두 찹쌀로 만든 것인데, 바잉 쯩은 땅의 모양을 본 떠 사각형으로 만들고, 바잉 자이는 하늘을 본 떠 둥글게 빚는다. 바잉 쯩은 찹쌀(gạo nếp) 속에 돼지고기(thịt lợn)와 녹두(đỗ xanh)를 넣고 라종(lá dong)이라는 잎이나 바나나잎(lá chuối)으로 감싼 다음, 대나무 껍질로 만든 끈(lạt tre)으로 묶고 찌며, 바잉 자이는 찹쌀을 빻아 둥그렇게 빚은 다음 찐다.

바잉 쯩 Bánh chưng

바잉 쯩 포장하는 법
Cách gói bánh chưng

바잉 자이 Bánh dày

설날에 주는 세뱃돈은 'Tiền lì xì'라고 부르며, 붉은색 봉투에 넣어 준다.

Bài 13

Tôi vẫn chưa quen với cuộc sống ở Việt Nam.

저는 베트남 생활에 아직 익숙해지지 않았어요.

학습내용

- trở nên + 형용사: ~아/어지다
- quen với: ~에 익숙해지다
- mất + 시간/돈 등 + để + 동사:
  ~하는 데 (시간/돈 등)이 걸리다/들다
- đáng + 동사: ~ (으)ㄹ 만하다

Tae Joon	Cuộc sống sinh hoạt ở Việt Nam của Nana thế nào?
Nana	À, lúc đầu hơi vất vả nhưng bây giờ thì trở nên quen rồi. Còn Tae Joon?
Tae Joon	Tôi vẫn chưa quen với cuộc sống ở Việt Nam.
Nana	Thế à? Tae Joon đã sang Việt Nam được bao lâu rồi?
Tae Joon	Tôi mới sang Việt Nam được 2 tháng, nên còn nhiều điều bất tiện.
Nana	Tae Joon thấy bất tiện ở đâu nhất?
Tae Joon	Tôi chưa quen với thời tiết Việt Nam. Và tôi cũng chưa quen với đồ ăn Việt Nam nên phải tự nấu ăn hàng ngày.
Nana	Thế à? Trước đây, tôi cũng mất 3 tháng để quen với đồ ăn Việt Nam.
Tae Joon	Thế, bây giờ Nana đã quen với đồ ăn Việt Nam chưa?
Nana	Tôi quen rồi. Thậm chí, tôi thấy món nào cũng ngon và rất đáng để ăn nữa.

해석

태준	나나 씨의 요즘 베트남 생활은 어때요?
나나	음... 처음에는 좀 힘들었는데 지금은 익숙해졌어요. 태준 씨는요?
태준	저는 베트남 생활에 아직 익숙해지지 않았어요.
나나	그래요? 태준 씨는 베트남에 온 지 얼마나 되었나요?
태준	2달밖에 안 되었어요. 그래서 불편한 게 아직 많아요.
나나	태준 씨는 무엇이 제일 불편해요?
태준	베트남 날씨는 아직 익숙하지 않아요. 그리고 베트남 음식도 아직 익숙하지 않아서 매일 스스로 요리해서 먹어요.
나나	그래요? 전에 저도 베트남 음식이 익숙해지는 데에 3개월 걸렸습니다.
태준	그럼, 나나 씨는 지금 베트남 음식이 익숙해졌나요?
나나	익숙해졌어요. 심지어, 지금은 모두 맛있고 먹을 만해요.

단어

- **cuộc sống** 삶
- **hơi** 약간
- **quen** 익숙하다
- **thời tiết** 날씨
- **mất** 걸리다
- **đáng** ~ㄹ 만하다
- **sinh hoạt** 생활
- **vất vả** 힘들다
- **vẫn** 여전히, 아직
- **đồ ăn** 음식
- **thậm chí** 심지어
- **sang** 오다 (≒ **đến**)
- **lúc đầu** 처음
- **trở nên** ~어/아지다
- **bất tiện** 불편하다
- **tự** 스스로
- **món, món ăn** 음식

문법 Ngữ pháp

🔊 대화 다시 보기

1. Lúc đầu hơi vất vả nhưng bây giờ thì trở nên quen rồi.

2. Tôi vẫn chưa quen với cuộc sống ở Việt Nam.

3. Trước đây, tôi cũng mất 3 tháng để quen với đồ ăn Việt Nam.

4. Tôi thấy món nào cũng ngon và rất đáng để ăn nữa.

Ⓐ trở nên + 형용사 : ~아/어지다

상태가 조금씩 변화함을 나타낸다. trở nên 뒤에는 항상 형용사가 나오며, 동사와는 같이 사용하지 않는다. dần(점점), dần dần(차츰)과 같은 부사와 함께 쓰이기도 한다.

Nếu dùng máy vi tính nhiều vào ban đêm thì mắt sẽ trở nên kém.
밤에 컴퓨터를 많이 하면 눈이 나빠져요.

Tôi tập thể dục nhiều nên sức khỏe trở nên tốt hơn. 저는 운동을 많이 해서 건강해졌어요.

Thời tiết dần trở nên lạnh. 날씨가 점점 추워지네요.

✏️ 문법 테스트 ① 다음 문장을 베트남어로 쓰세요.

01 날씨가 점점 더워져요.

▶ _____

02 건강이 점점 약해져요.

▶ _____

B quen với : ~에 익숙해지다

'~에 익숙해지다'라는 표현으로, quen với 뒤에 명사를 쓴다.

Tôi đã quen với việc sống một mình.
나는 혼자 사는 데 익숙해졌습니다.

Tae Joon đã quen với cuộc sống mới ở đây.
태준은 여기에서의 새로운 생활에 익숙해졌습니다.

문법 테스트 ② 'quen với'를 사용하여 다음 문장을 완성하세요.

| 보기 | tôi / cuộc sống ở Việt Nam
▶ Tôi đã quen với cuộc sống ở Việt Nam.

01 tôi / thời tiết ở đây

▶ _____

02 John / việc ăn món ăn Việt Nam

▶ _____

C mất + 시간/돈 등 + để + 동사 : ~하는 데 (시간/돈 등)이 걸리다/들다

'~하는 데 시간/돈 등이 들다'라는 뜻이다. để 뒤에 동사를 쓴다.

Tôi mất 4 tiếng để nấu phở Việt Nam.
베트남 쌀국수를 요리하는 데 4시간이 걸렸습니다.

Tôi mất 6 tháng để làm quen với cuộc sống ở Việt Nam.
베트남 생활이 익숙해지는 데 6개월이 걸렸습니다.

Tôi mất 3 ngày để đọc quyển sách này.
이 책을 읽는 데 3일이 걸렸습니다.

문법 Giải thích ngữ pháp

✏️ 문법 테스트 ③ 'mất ~ để'를 사용하여 문장을 완성하세요.

01 tôi/ 2 tiếng/ làm bài tập

▶ _____

02 tôi/ 3 tháng / học nấu ăn

▶ _____

D đáng + 동사 : ~ (으)ㄹ 만하다

어떤 동작이나 일이 어느 정도 가능함을 나타내거나, 할 가치가 있음을 나타낸다.

A: Trang là người thế nào? 장은 어떤 사람입니까?
B: Trang là người **đáng** tin. 장은 믿을 만한 사람입니다.

Anh có thể giới thiệu cho tôi những bộ phim Hàn Quốc **đáng** xem không?
볼 만한 한국 영화들을 소개해줄 수 있나요?

Anh hãy giới thiệu cho tôi những nơi **đáng** đi du lịch ở Hàn Quốc nhé?
한국에서 가볼 만한 곳들을 추천해 주시겠어요?

đáng 대신 đáng để를 사용할 수도 있다.

Bộ phim này **đáng** xem. = Bộ phim này **đáng để** xem. 이 영화는 볼 만합니다.

✏️ 문법 테스트 ④ 빈칸에 알맞은 말을 쓰세요.

01 Đó là công việc _____. (그 일은 할만합니다.)

02 Bộ phim đó rất _____. (그 영화는 정말 볼만합니다.)

표현 넓히기 Mở rộng

➔ 일상

① 쇼핑

• 구경하기

  Tôi chỉ ngắm một chút thôi ạ. 그냥 구경 좀 할게요.
  Làm ơn cho tôi xem một chút. 좀 보여주세요.
  Tôi sẽ đi xem thêm một chút rồi quay lại sau. 좀 더 보고 올게요.
  Tôi sẽ quay lại sau ạ. 다음에 올게요.

• 물건 사기

  Cái này bao nhiêu tiền? = Cái này giá bao nhiêu? 이거 얼마예요?
  Đắt quá! Có cái nào rẻ hơn không? 너무 비싸요! 좀 더 싼 것 없어요?
  Có cái nào khác không? 다른 것 있어요?
  Xin hãy bớt cho tôi. = Hãy giảm giá cho tôi. 깎아주세요.
  Hãy bán rẻ cho tôi. 싸게 해주세요.
  Nếu giảm giá cho tôi thì tôi sẽ mua. 깎아주신다면 사겠어요.

② 음식점 메뉴판 알기

베트남 메뉴판은 주재료와 조리법이 구분되어 표기되어 있습니다.
아래와 같은 메뉴판을 보고 음식을 주문하는 방법을 알아봅시다.

주재료		조리법
cơm 밥	thịt bò 소고기	xào, rang 볶음
phở 국수	cá 생선	kho 조림
mì 라면	hải sản 해산물	nướng 구이

Cơm rang hải sản 밥 + 볶음 + 해산물 ▶ 해산물 볶음밥
(음식 주문할 때: <u>Cho tôi</u> cơm rang hải sản. ▶ 해산물 볶음밥 <u>주세요</u>.)
Mì xào thịt bò 라면 + 볶음 + 소고기 ▶ 소고기 볶음라면
Cá kho 생선 + 조림 ▶ 생선 조림

표현 넓히기 Mở rộng

③ 미용실

Tỉa cả đầu ngắn đi một chút giùm tôi. 전체적으로 조금씩 잘라 주세요.
Đừng cắt cho tôi ngắn quá. 너무 짧지 않게 잘라 주세요.
Tỉa theo kiểu này ngắn một chút. 이대로 조금 다듬어 주세요.
Hãy gợi ý cho tôi kiểu nào hợp với tôi đi ạ. 저한테 어울리는 스타일을 추천해 주세요.
Tôi vẫn chưa biết phải làm gì với tóc của mình. 머리를 어떻게 할지 못 정했어요.
Làm xoăn hết bao nhiêu tiền ạ? 파마는 얼마예요?
Hãy nhuộm tóc cho tôi. 염색해 주세요.

주요단어 · MP3 13-2

● 기본 재료와 조리법

쌀	gạo	양념	gia vị
채소, 야채	rau	굽다	nướng
고기	thịt	국을 끓이다	nấu canh
생선	cá	야채를 볶다	xào rau
조개	sò	찌다	hấp
우렁이	ốc	튀기다	chiên, rán
해산물	hải sản	볶다	rang
게	cua	자르다	cắt
새우	tôm	썰다	thái
오징어	mực	뿌리다	rắc = rưới
달걀	trứng	바르다	quết = bôi
돼지	lợn(북쪽) = heo(남쪽)	섞다	trộn
오리	vịt	젓다	khuấy
닭	gà	삶다	luộc
소	bò	데치다	nhúng = chần

● **기후와 날씨**

봄	mùa xuân	눈	tuyết
여름	mùa hè = mùa hạ	해	mặt trời
가을	mùa thu	비	mưa
겨울	mùa đông	안개	sương mù
건기	mùa khô	구름	mây
우기	mùa mưa	태풍	bão
덥다	nóng	홍수	lũ
춥다	lạnh	천둥	sấm
쌀쌀하다	se se lạnh	번개	sét
시원하다	mát = mát mẻ	바람	gió
따뜻하다	ấm áp	소나기	mưa rào
습기가 많다	ẩm ướt	장마	mùa mưa
맑다	trời quang	습도가 높다	độ ẩm cao
흐리다	trời âm u	습도가 낮다	độ ẩm thấp

연습문제

1. 그림을 보고 〈보기〉와 같이 말하세요.

| 보기 |
Nếu ăn nhiều thì sẽ trở nên béo.

(1) tập thể dục → khỏe mạnh

▶ _____

(2) nghe nhạc → vui vẻ

▶ _____

2. 다음 대화를 읽고 질문에 답하세요.

Hoa	Nana, dạo này cuộc sống ở Việt Nam thế nào?
Nana	Lúc đầu vất vả một chút nhưng bây giờ thì đã quen rồi.
Hoa	Điều gì làm Nana vất vả nhất khi mới đến Việt Nam?
Nana	Khi mới đến Việt Nam, mình không có nhiều bạn nên rất buồn và cô đơn.
Hoa	Thế, bây giờ thì thế nào?
Nana	Bây giờ, mình có nhiều bạn và cuộc sống cũng trở nên thoải mái nhiều.

(1) Khi mới đến Việt Nam, Nana có nhiều bạn nên rất vui phải không?

▶ _____

(2) Bây giờ, cuộc sống của Nana thế nào?

▶ _____

3. 대화를 듣고 빈칸을 채우세요. MP3 **13-3**

Trang　　_____ ở Việt Nam thế nào, anh John?

John　　Lúc đầu _____ một chút nhưng bây giờ tôi đã _____ cuộc sống ở đây.

Trang　　Thế à? Vậy anh còn _____ bất tiện nữa không?

John　　Có chứ. Tôi vẫn chưa quen với _____ Việt Nam. Nên tôi phải tự nấu ăn hàng ngày.

Trang　　Tôi biết có một _____ Châu Âu rất ngon, hôm nay chúng ta _____ tới đó ăn nhé?

John　　Được thôi.

4. MP3 파일을 들으며, 다음 발음을 연습하세요. MP3 **13-4**

| cuộc sống 삶 | sinh hoạt 생활 | vất vả 힘들다 | một chút 조금 |
| bất tiện 불편하다 | thời tiết 날씨 | đồ ăn 음식 | |

베트남 알아보기

· 손님에게 관대한 베트남 사람들 ·

베트남 사람들은 손님의 방문에 관대한데, 손님을 귀하게 여기는 것은 베트남의 오랜 미풍양속입니다. 어린이부터 어른까지, 여성과 남성 모두 사람과의 만남을 좋아하고 정성스럽게 대접합니다. 더욱이 외국인이라면 특별한 접대를 받게 됩니다.

베트남 사람은 다른 사람과 친해지거나 친구를 맺을 때 항상 기쁜 마음으로 말을 건네는 편입니다. 그리고 정말로 친해지면 자신의 집으로 초대해서 차와 음식을 대접할 것입니다. 그리고 집에서 가장 좋은 방을 당신에게 내어 주며 자고 갈 것을 권할 것입니다.

손님에게 관대한 베트남의 문화는 오랜 농경문화 속에서 싹튼 인간존중의식과 공동체를 중시하는 사고에서 비롯되었다고 할 수 있습니다. 또한 명예를 중시하는 베트남 사람의 성격에 따라 남에게 좋은 인상을 남기려는 노력이라고도 볼 수 있습니다.

베트남 가정을 방문했을 때 다음과 같은 음식들을 접할 수 있을 것입니다.

Phở 쌀국수

Nem rán/Chả giò 월남쌈 튀김

Bún chả 숯불에 구운 고기와 생쌀국수

Phở cuốn 월남쌈

Cơm rang/Cơm chiên 볶음밥

Nem tai 돼지귀 편육과 볶음 쌀가루

Lẩu 샤브샤브

Nem chua 베트남식 소시지

Bún đậu 두부 튀김과 생쌀국수

복습하기 (2)

01. 다음을 자연스러운 대화가 되도록 순서에 맞게 나열하세요.

(1)

① Vâng, chị muốn đổi bao nhiêu?

② Hôm nay tỉ giá 1 nghìn won là 19.900 đồng.

③ Chào chị, tôi có thể giúp gì cho chị?

④ Tôi muốn đổi tiền từ won sang tiền Việt.

⑤ Tôi muốn đổi 1 triệu won. Tỉ giá won hôm nay thế nào?

(2)

① Xin lỗi, chị vui lòng cho hỏi.

② Vâng, cảm ơn chị

③ Không xa lắm, anh đi thẳng đường này, khoảng 10 phút là tới.

④ Vâng, anh muốn hỏi gì?

⑤ Từ đây đến trường Đại học Hà Nội có xa không ạ?

(3)

① Tôi muốn đặt một phòng đôi. Phòng đôi bao nhiêu một đêm?

② Tôi sẽ ở đây 2 ngày.

③ Chào chị, tôi muốn đặt phòng khách sạn.

④ Dạ, 900 nghìn một đêm. Anh sẽ ở đây bao lâu?

⑤ Vâng, anh muốn đặt phòng đôi hay phòng đơn?

02. 빈칸에 알맞은 단어를 〈보기〉에서 골라 쓰세요.

> | 보기 |　từ…sang　　　　　đi thẳng　　　　　　　phòng đơn
> 　　　　càng…càng　　　　có nên…hay không

(1) Giá cả _____ ngày _____ tăng.

(2) Anh _____ đường này, đến ngã ba thì rẽ phải.

(3) Cho tôi đổi một ít tiền _____ đô la _____ tiền Việt.

(4) _____ bao nhiêu tiền một đêm?

(5) Tôi đang nghĩ xem _____ mua Hanbok _____.

03. 그림을 보고 위치를 바르게 연결하세요. (그림 속 사람 기준)

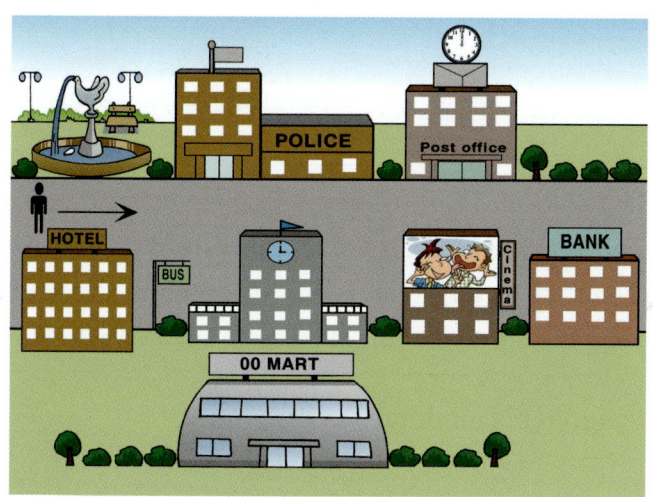

(1) Công viên ở đối diện　　　　ⓐ trường học

(2) Bưu điện ở bên phải　　　　 ⓑ đường

(3) Sở cảnh sát ở bên trái　　　 ⓒ sở cảnh sát

(4) Trường học ở cạnh　　　　　ⓓ khách sạn

(5) Siêu thị ở đằng sau　　　　　ⓔ bến xe buýt

04. 다음 대화를 읽고 질문에 답하세요.

> (Tại ngân hàng)
> Nhân viên   Chào anh, tôi có thể giúp gì cho anh?
> Quân   Tôi muốn đổi một ít tiền từ đô la sang tiền Việt.
> Nhân viên   Vâng, anh muốn đổi bao nhiêu?
> Quân   Tôi muốn đổi 300 đô la. Tỷ giá hôm nay là bao nhiêu?
> Nhân viên   1 đô la là 23.000 đồng anh ạ.

(1) Quân đang ở đâu?

▶ _____

(2) Quân muốn đổi bao nhiêu tiền?

▶ _____

(3) Tỷ giá hôm nay là bao nhiêu?

▶ _____

05. 다음 글을 읽고 질문에 답하세요.

> Xin chào. Tôi là Tae Joon. Tôi mới sang Việt Nam được 2 tháng nên còn nhiều điều bất tiện. Tôi chưa quen đồ ăn Việt Nam nên tôi phải tự nấu ăn hàng ngày. Bạn của tôi là Nana, cô ấy đã ở Việt Nam được 1 năm. Cô ấy đã quen với cuộc sống ở Việt Nam và cô ấy có thể ăn tất cả các món ăn Việt Nam.

(1) Tae Joon đã sang Việt Nam được bao lâu?

▶ _____

(2) Tae Joon đã quen đồ ăn Việt Nam chưa?

▶ _____

(3) Nana không thể ăn các món ăn Việt Nam phải không?

▶ _____

06. 단어를 알맞게 배열하여 문장을 완성하세요.

(1) Tôi / tiền / sang tiền đô la / từ won / muốn đổi

▶ _____

(2) Tôi / từ tiếng Việt / dịch sách / ra tiếng Hàn

▶ _____

(3) Mùa hè Việt Nam / mùa hè Hàn Quốc / so với / nóng hơn

▶ _____

(4) Vì mệt nên / đi taxi / đi bộ / muốn / thay vì / tôi

▶ _____

(5) Cuối tuần / xem phim / được đi / thì còn gì bằng

▶ _____

(6) Tôi / một phòng đơn / đặt / một phòng đôi / và / muốn

▶ _____

(7) Bộ phim / tôi / khóc / buồn / suýt / nên

▶ _____

(8) Hoa / có nên / hay không / mùa hè này / đang nghĩ xem / đi du lịch Hàn Quốc

▶ _____

(9) Tết / ngày lễ / ở Việt Nam / một trong những / là / lớn nhất

▶ _____

(10) Tôi / ở Việt Nam / để làm quen / mất 6 tháng / với cuộc sống

▶ _____

07. 대화를 듣고 빈칸을 채우세요.   🎧 MP3 **RE2-1**

(1) Hoa　　Chị Trang ơi, em muốn may _____.

　　Trang　_____ em đã có một bộ áo dài rồi còn gì.

　　Hoa　　Em muốn may một bộ mới vì bộ cũ của em bị chật rồi.

　　Trang　Vậy, _____ mình đi nhé.

(2) Trang　Sắp đến Tết rồi, anh John _____ gì không?

　　John　　Năm nay tôi định sẽ ở Việt Nam _____.

　　Trang　Vậy, Tết năm nay anh đến nhà tôi chơi và ăn _____ nhé.

　　John　　Vâng, cảm ơn Trang. Tôi sẽ đến.

(3) John　　Cuộc sống _____ ở Việt Nam của anh thế nào?

　　Tae Joon　À, lúc đầu hơi _____ nhưng bây giờ thì cũng trở nên quen rồi. Còn anh John?

　　John　　Tôi cũng đã _____ ở Việt Nam.

　　　　　　Và tôi cũng đã quen với _____ và _____ ở Việt Nam.

단어　**rồi** 벌써, 이미　**Sắp đến tết rồi** 설날이 벌써 오고 있어요.

정답

- 문법 테스트
- 연습문제
- 복습

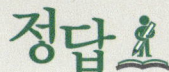

BÀI 1

문법 테스트

1.
   (1) Tôi biết tiếng Hàn Quốc nhưng không biết tiếng Anh.
   (2) Tôi biết Tae San nhưng không biết Tae Joon.

2.
   (1) Nana đọc được sách tiếng Anh.
   Nana có thể đọc sách tiếng Anh.
   Nana có thể đọc được sách tiếng Anh.
   (2) Trang nấu được món ăn Trung Quốc.
   Trang có thể nấu món ăn Trung Quốc.
   Trang có thể nấu được món ăn Trung Quốc.

3.
   <보기>
   A: 베트남에 산 지 얼마나 되었어요?
   B: 베트남에 산 지 2년 되었어요.

   (1) A: 중국어를 배운 지 얼마나 되었어요?
   B: Tôi đã học tiếng Trung Quốc được 2 tháng.
   중국어를 배운 지 2달 되었어요.
   (2) A: 출장은 얼마나 갈 거예요?
   B: Tôi sẽ đi công tác 1 tuần.
   일주일 정도 갈 거예요.

4.
   (1) Tae San vừa(=mới, vừa mới) về nhà.
   (2) Tae San vừa đến Việt Nam được 1 tuần.

연습문제

1.
   (1) 안녕하세요. 저는 존이고, 미국 사람입니다. 저는 회사원입니다. 지금 하노이 국립대학교 베트남어학과에서 베트남어를 공부하고 있습니다. 베트남에 온 지 1달 되었습니다. 베트남어를 조금 할 수 있습니다.
   (2) 태산은 한국 사람입니다. 올해, 그는 28살입니다. 베트남에 온 지 1년 되었습니다. 태산은 베트남에 일하러 왔습니다. 베트남에 오기 전에 그는 한국에서 6개월 정도 베트남어를 배웠습니다.
   (3) 나나는 중국 사람입니다. 그녀는 베트남어를 공부하러 베트남에 왔습니다. 하노이 국립대학교에서 베트남어를 공부하고 있습니다. 그녀는 베트남어를 잘 쓰고 말할 수 있습니다.

2.
   저는 태산입니다.
   제 베트남어 이름은 타이선입니다.
   저는 베트남어와 영어를 조금 압니다.
   저는 베트남어를 배운 지 6개월 정도 되었습니다
   베트남어를 쓰고 읽을 수 있지만 말은 아직 잘 못합니다.
   지금, JG 회사에서 일하고 있습니다.

3. [MP3 01-4]

   Trang   Chào anh. Anh tên là gì?
   Tae San Tôi là Tae San. Tôi là người Hàn Quốc.
   Trang   Ồ, rất vui được gặp anh.
   Tae San Tôi là nhân viên mới, từ hôm nay, tôi sẽ làm việc ở đây.
   Trang   Anh Tae San nói tiếng Việt giỏi quá!

   장   안녕하세요. 이름이 뭐예요?
   태산   태산입니다. 한국 사람입니다.
   장   오, 만나서 반갑습니다.
   태산   저는 신입사원입니다. 오늘부터 여기서 일하게 되었습니다.
   장   태산 씨 베트남어 잘하시네요!

   (1) 태산은 중국 사람이다.   (X)
   (2) 태산은 신입사원이다.   (O)
   (3) 태산은 베트남어를 잘하지 않는다. (X)

BÀI 2

문법 테스트

1.
   〈보기〉
   A: 일은 어때요?
   B: 일은 재미있어요.

   (1) A: Đồng nghiệp thế nào? 동료는 어때요?
       B: Đồng nghiệp thân thiện. 동료는 친절해요.
   (2) A: Giám đốc thế nào? 사장은 어때요?
       B: Giám đốc khó tính. 사장은 까다로워요.

2.
   〈보기〉
   그는 회사에서 일해야 해요.

   (1) Tôi phải mua sách ở hiệu sách.
       저는 서점에서 책을 사야 해요.
   (2) John phải gặp khách hàng ở công ty.
       존 씨는 회사에서 손님을 만나야 해요.

3.
   (1) Tôi luôn(luôn luôn) bận rộn.
   (2) Tôi không bao giờ nói dối

4.
   (1) Ước gì bạn gái tôi đang ở bên cạnh tôi.
   (2) Ước gì tôi đã nghe lời mẹ.

연습문제

1.
   (1) Hiền — đang làm giáo viên — ở trường Đại học Quốc gia
   (2) Quân — là nhân viên — của công ty JG
   (3) Nana — là bác sĩ — ở bệnh viện Quốc tế
   (4) Hương — làm nội trợ — ở nhà
   (5) Tae San — là du học sinh — người Trung Quốc

2. [MP3 02-3]

   John: Dạo này Trang đang làm gì?
   Trang: Tôi đang làm việc ở công ty Hàn Quốc.
   John: Ồ, thế à? Công việc của Trang thế nào?
   Trang: Dạo này, công việc của tôi rất bận, vì tôi thường phải đi Hàn Quốc công tác. Còn anh John đang làm việc ở đâu?
   John: Tôi đang làm ở công ty JG.

   존: 장 씨는 요즘 어디서 일하고 있어요?
   장: 한국 회사에서 일하고 있어요.
   존: 그래요? 일은 어때요?
   장: 요즘에 한국으로 출장을 자주 가야 해서 너무 바빠요. 존 씨는 어디에서 일하고 있죠?
   존: JG 회사에서 일하고 있어요.

   (1) 장은 한국 은행에서 일하고 있습니다. (X)
   (2) 장의 일은 매우 바쁩니다. (O)
   (3) 존은 한국으로 출장을 자주 가야 합니다. (X)

3.
   제 이름은 태산입니다. JG 회사에서 일하고 있습니다. 거기서 일한 지 1년이 되었습니다. 요즘 일이 너무 바쁘고 힘듭니다. 매일 아침 8시에 출근하고 저녁 9시에 들어갑니다. 그리고 출장을 자주 가야 합니다.

4. KỸ SƯ (기사, 엔지니어), Y TÁ (간호사),
   NHÀ BÁO (신문 기자), BÁC SĨ (의사),
   CA SĨ (가수), GIÁM ĐỐC (사장),
   LUẬT SƯ (변호사), LÁI XE (운전 기사),
   CÔNG NHÂN (노동자), NỘI TRỢ (주부)

K	Y	S	Ư	Y	T	A	N
D	K	B	A	C	S	I	H
O	C	A	S	I	K	M	A
G	I	A	M	Đ	Ô	C	B
L	U	Â	T	S	Ư	H	A
M	H	L	A	I	X	E	O
C	Ô	N	G	N	H	Â	N
G	N	Ô	I	T	R	Ơ	N

정답 197

정답

BÀI 3

문법 테스트

1.
   (1) Tôi thường đi leo núi **hoặc** đi cắm trại vào thứ 7. 저는 토요일에 보통 등산을 가거나 소풍을 가요.
   (2) John muốn đi du lịch ở Đà Nẵng **hoặc** Nha Trang. 존은 다낭이나 냐짱에 여행 가고 싶어해요.

2.
   (1) Hoa cao **bằng** Nana. 화는 나나만큼 키가 크다.
   (2) Tae Joon cao **nhất**. 태준은 키가 가장 크다.
   (3) Trang cao **hơn** Hoa và Nana. 짱은 화와 나나보다 키가 더 크다.

3.
   〈보기〉
   저는 아침에 커피를 마시는 습관이 있어요.
   저는 아침에 커피를 마시는 습관이 없어요.

   (1) Trang có thói quen xem ti vi vào buổi tối. 짱은 저녁에 텔레비전을 보는 습관이 있어요.
   Trang không có thói quen xem ti vi vào buổi tối. 짱은 저녁에 텔레비전을 보는 습관이 없어요.
   (2) John có thói quen đọc sách trước khi đi ngủ. 존은 잠을 자기 전에 책을 읽는 습관이 있어요.
   John không có thói quen đọc sách trước khi đi ngủ. 존은 잠을 자기 전에 책을 읽는 습관이 없어요.

4.
   (1) Tae San vừa **nghe nhạc vừa đọc sách**.
   (2) Nana vừa **hát vừa tắm**.

연습문제

1.
   > 안녕하세요. 저는 나나입니다. 중국 사람입니다. 제 취미는 책 읽기, 영화 보기, 쇼핑하기와 여행 가기입니다. 주말에 보통 친구와 함께 영화를 보러 가거나 쇼핑하러 갑니다. 낭만 영화나 코미디 영화를 좋아하고 공포 영화를 제일 싫어합니다. 아침에 일찍 일어나서 신문을 읽는 습관이 있습니다.

   (1) Nana có sở thích là **đọc sách, xem phim, mua sắm và đi du lịch**.
   나나의 취미는 책 읽기, 영화 보기, 쇼핑하기와 여행 가기입니다.
   (2) Nana ghét **phim kinh dị** nhất.
   나나는 공포 영화를 제일 싫어합니다.
   (3) Nana có thói quen **dậy sớm và đọc báo vào buổi sáng**.
   나나는 아침에 일찍 일어나서 신문을 읽는 습관이 있습니다.

2. [MP3 03-3]

Hoa	Tae Joon có thích nghe nhạc không?
Tae Joon	Có. Mình rất thích. Mình thích nhạc EDM hoặc nhạc Pop. Còn Hoa thích loại nhạc nào?
Hoa	Mình thích nhạc cổ điển nhất. Mình có thói quen nghe nhạc cổ điển trước khi đi ngủ.
Tae Joon	Trước đây, mình cũng thích nhạc cổ điển. Nhưng bây giờ mình thích nhạc EDM hơn.

   화 : 태준 씨는 음악을 듣는 것을 좋아해요?
   태준 : 네, 좋아해요. EDM 음악이나 대중 음악을 좋아해요. 화 씨는 어떤 종류의 음악을 좋아해요?
   화 : 클래식 음악을 제일 좋아해요. 그리고 잠을 자기 전에 클래식 음악을 듣는 습관이 있어요.
   태준 : 저도 그전에 클래식 음악을 좋아했어요. 그런데 요즘은 EDM 음악을 더 좋아해요.

   (1) 태준은 음악 듣는 것을 좋아하지 않는다. (X)
   (2) 화는 클래식 음악을 제일 좋아한다. (O)
   (3) 화는 아침에 클래식 음악을 듣는 습관이 있다. (X)

3.
> 제 이름은 화입니다. 제 취미는 음악 듣기, 요리하기, 사진 찍기입니다. 저는 영화 보는 것을 좋아하고 낭만 영화를 제일 좋아합니다. 아침에 일찍 일어나는 습관이 있습니다. 그리고 잠을 자기 전에 책을 읽는 습관이 있습니다. 저는 저녁에 커피를 마시는 습관은 없습니다.

(2) Nha Trang không những có phong cảnh đẹp mà con người còn thân thiện.

4.
(1) A: 어디로 여행가고 싶어요?
    B: Nơi nào cũng được.
(2) A: 어떤 음식을 먹고 싶어요?
    B: Món nào cũng được.

BÀI 4

문법 테스트

1.
> 〈보기〉
> A: 집을 임대한다고 들었는데 맞습니까?
> B: 맞아요, 얼마 동안 임대하고 싶으세요?
> A: 1년 정도요.

(1) A: Nghe nói chị có xe máy cho thuê phải không? 오토바이를 임대한다고 들었는데 맞습니까?
    B: Phải, anh muốn thuê bao lâu? 맞습니다. 얼마 동안 임대하고 싶으세요?
    A: Khoảng 1 tiếng. 1시간 정도요.

(2) A: Nghe nói chị có chung cư cho thuê phải không? 아파트를 임대한다고 들었는데 맞습니까?
    B: Phải, anh muốn thuê bao lâu? 맞습니다. 얼마 동안 임대하고 싶으세요?
    A: Khoảng 6 tháng. 6개월 정도요.

2.
> 〈보기〉
> 나에게 메뉴를 보여주세요.

(1) Cho tôi biết số điện thoại của John.
    존의 전화번호를 알려주세요.
(2) Cho tôi hỏi đường. 길을 묻겠습니다.

3.
(1) John không những có thể nói được tiếng Việt mà còn có thể nói được tiếng Hàn Quốc.

연습문제

1.
Nana   Chào bác. Nghe nói bác có nhà cho thuê, phải không ạ?
Chủ nhà   Phải. Cháu muốn thuê bao lâu?
Nana   Cháu muốn thuê khoảng 2 năm.
Chủ nhà   Mời cháu vào. Nhà này có hai tầng, tầng một có phòng khách và bếp, tầng hai có phòng ngủ và nhà vệ sinh.
Nana   Tiền thuê nhà bao nhiêu một tháng ạ?
Chủ nhà   Ba triệu đồng một tháng.

2. [MP3 04-3]

> Tae San mới thuê một ngôi nhà 2 tầng hôm qua. Tầng một có phòng khách, bếp và nhà vệ sinh. Tầng hai có hai phòng ngủ và một phòng tắm. Tiền thuê nhà là 3 triệu một tháng. Ngôi nhà của Tae San ở gần trung tâm thành phố. Ngôi nhà không những sạch sẽ mà còn rất thoáng mát.
>
> 태산 씨는 어제 2층 집을 임대했습니다. 1층에는 거실과 주방, 화장실이 있고, 2층에는 침실 2개, 욕실 1개가 있습니다. 임대료는 1달에 300만 동입니다. 태산 씨의 집은 시내에 가까운 집입니다. 이 집은 깨끗할 뿐만 아니라 아주 시원합니다.

(1) 태산은 몇 층 집을 임대했습니까?
    Tae San đã thuê ngôi nhà 2 tầng.
    태산은 2층 집을 임대했습니다.

(2) 임대료는 1달에 얼마입니까?
Tiền thuê nhà là 3 triệu một tháng
임대료는 1달에 300만 동입니다.

(3) 태산의 집은 어떻습니까?
Ngôi nhà của Tae San không những sạch sẽ mà còn rất thoáng mát.
태산의 집은 깨끗할 뿐만 아니라 아주 시원합니다.

3.

집의 종류	아파트
위치	JG 회사 근처
계약 기간	1년
방값	월세 3백만 동 이하
기타 조건	인터넷이 되고, 방이 깨끗하고, 주변이 조용함

Người môi giới Mời vào.
Anh muốn tìm nhà loại nào?
John Tôi muốn tìm chung cư ở gần công ty JG.
Người môi giới Anh muốn thuê nhà khoảng bao nhiêu tiền?
John Tôi muốn **thuê nhà khoảng dưới 3 triệu 1 tháng.**
Người môi giới Anh muốn thuê bao lâu?
John Tôi muốn **thuê 1 năm.**
Người môi giới Anh có điều kiện gì khác không?
John Tôi muốn có **internet, phòng sạch sẽ và xung quanh yên tĩnh.**

중개인 어서 오세요. 어떤 집을 찾으세요?
존 JG 회사에서 가까운 아파트를 구하고 싶어요.
중개인 방값은 얼마 정도 생각하세요?
존 월세가 3백만 동 이하이면 좋겠어요.
중개인 얼마 동안 임대하고 싶으세요?
존 1년 정도 임대하고 싶습니다.
중개인 혹시 다른 조건은요?
존 인터넷이 되고, 방이 깨끗하고, 주변이 조용하면 좋겠어요.

4.

〈예시 답변〉
Tôi đang sống một mình. Nhà của tôi có phòng khách, phòng ngủ, nhà bếp và nhà vệ sinh. Tiền thuê nhà là 1 triệu đồng 1 tháng. Nhà gần trung tâm thành phố. Ngôi nhà của tôi không những sạch sẽ mà còn rất thoáng mát.

저는 혼자 살고 있습니다. 제 집에는 거실, 침실, 주방과 화장실이 있습니다. 임대료는 1달에 100만 동입니다. 시내에 가까운 집입니다. 제 집은 깨끗할 뿐만 아니라 아주 시원합니다.

BÀI 5

문법 테스트

1.
(1) Trông Hoa có vẻ buồn.
화는 슬퍼 보입니다.
(2) Trông Nana có vẻ hạnh phúc.
나나는 행복해 보입니다.

2.
(1) Tôi **được** Hòa cho vé xem phim.
나는 화에게(화로부터) 영화표를 받았어요.
(2) Anh ấy đi xe rất nhanh nên **bị** tai nạn.
그는 너무 빨리 운전해서 사고를 당했어요.
(3) Cái áo này **do** mẹ tôi mua.
이 옷은 저의 어머니께서 사셨어요.

3.

〈보기〉
여기서 담배를 피우지 마세요.
여기서 담배를 피우면 안 됩니다.
여기서 담배 피우는 것을 금지합니다.

(1) Đừng uống rượu. 술을 마시지 마세요.
Không được uống rượu. 술을 마시면 안 됩니다.
Cấm uống rượu. 술 마시는 것을 금지합니다.

(2) Đừng đỗ xe ở đây. 여기서 주차하지 마세요.
   Không được đỗ xe ở đây. 여기서 주차하면 안 됩니다.
   Cấm đỗ xe ở đây. 여기서 주차하는 것을 금지합니다.

4.
> 〈보기〉
> 비가 온다면 집에서 텔레비전을 볼 거예요.

(1) Nếu bị ốm thì tôi sẽ không đi làm.
   몸이 아프면 일하러 안 갈 거예요.
(2) Nếu bị đau bụng thì tôi sẽ đi bệnh viện.
   배가 아프면 병원에 갈 거예요.

연습문제

1.
⑤ 안녕하세요, 의사 선생님.
① 네, 안녕하세요. 어디가 아프세요?
④ 이가 아파요.
③ 어디 봅시다.
⑥ 충치가 있어요.
② 그럼, 지금 어떻게 해야 합니까?
⑦ 이 약을 복용하고 이를 매일 깨끗이 닦아야 합니다.

2. [MP3 05-3]

Quân Trông chị có vẻ mệt. Chị bị đau ở đâu?
Nana Tôi bị sốt từ sáng.
Quân Để tôi khám xem. Chị sốt cao quá! Hơn 39 độ.
Nana Vậy ạ?
Quân Để tôi lấy thuốc cho chị. Thuốc này uống một ngày 2 lần, sau bữa ăn. Còn thuốc này uống ngày 1 lần trước khi đi ngủ. Tất cả uống trong một tuần. Tuần sau đến đây khám lại.

꾸언 피곤해 보이네요. 어디가 아프신가요?
나나 아침부터 열이 났어요.
꾸언 어디 봅시다. 열이 많이 나네요. 39도가 넘어요.
나나 그래요?
꾸언 약을 처방해 드릴게요. 이 약은 매일 식후 2번 복용하면 됩니다.

그리고 이 약은 매일 잠을 자기 전에 1번만 복용하세요. 모든 약을 1주일 동안 복용하시고 다음 주에 다시 와서 검사를 받으세요.

(1) 여자는 어제부터 열이 났다. (X)
(2) 여자는 39도가 넘게 열이 났다. (O)
(3) 모든 약을 3일 동안 복용한다. (X)

3.
> A: 어떻게 오셨어요?
> B: 머리가 아파요.
> A: 그럼, 이 두통약을 드셔보세요. 하루에 3번 식후에 드시면 돼요.
> B: 네, 얼마지요?
> A: 5만 동입니다.
> B: 감사합니다. 안녕히 계세요.

(1) 열이 나다 / 해열제 / 하루 3번 식후 / 6만 동
(2) 감기에 걸리다 / 감기약 / 하루 2번 식후 / 7만 동
(3) 소화가 안 되다 / 소화제 / 하루 2번 식후 / 6만 동

4.

어디가 아팠습니까?	Tôi đã bị đau đầu. 머리가 아팠어요.
언제 아팠습니까?	Từ sáng. 아침부터요.
왜 아팠습니까?	Vì tôi đã phải làm việc nhiều. 일을 많이 해야 했기 때문이에요.
어떻게 했습니까?	Tôi đã uống 2 viên thuốc đau đầu. 두통약 2알을 먹었어요.

> Hôm qua tôi đã bị đau đầu. Tôi đã bị đau đầu từ sáng. Tôi đau đầu vì tôi đã phải làm việc nhiều. Vì vậy, tôi đã uống 2 viên thuốc đau đầu.
>
> 어제 머리가 아팠습니다. 아침부터 아팠습니다. 일을 많이 해야 했기 때문에 머리가 아팠습니다. 그래서 두통약 2알을 먹었습니다.

BÀI 6

문법 테스트

1.
   (1) Tae San nói rằng vé máy bay rất đắt.
   (2) Hoa hỏi tôi bao giờ về quê.

2.
   (1) Vì muốn sống ở Việt Nam nên John học tiếng Việt.
   베트남에서 살려고 (해서) 존은 베트남어를 배웁니다.
   (2) Vì cuối tuần có thời gian nên Nana đi xem phim.
   주말에 여유가 있어서, 나나는 영화를 보러 갔습니다.

3.
   (1) Mời anh xem thực đơn. 메뉴를 보세요.
   (2) Mời anh uống cà phê. 커피를 마시세요.

4.
   (1) Hoa và Nana nói chuyện bằng tiếng Việt.
   화와 나나는 베트남어로 이야기를 합니다.
   (2) Anh ấy uống bia bằng cốc. 그는 맥주를 컵에 마십니다.

연습문제

1.
   (1) nói rằng
   (2) nên
   (3) bằng
   (4) ăn cơm
   (5) hỏi
   (6) mời
   (7) ăn thử
   (8) nghỉ ngơi
   (9) ngày mai
   (10) người Việt Nam

2. (1) vào　(2) mời　(3) uống　(4) hay　(5) uống

   A: 들어오세요.
   B: 고맙습니다.
   A: 앉으세요.
      뭘 드실래요? 커피나 차를 마실래요?
   B: 커피를 마실게요.
   A: 편하게 계세요.

3. [MP3 06-3]

   A: Mời anh ăn cơm.
   B: Cảm ơn chị.
   A: Xin mời cứ tự nhiên.
   B: Món ăn này ngon quá. Đây là món gì vậy?
   A: À, đây là món nem.
   B: Món ăn này làm bằng gì?
   A: Món này làm bằng thịt lợn, trứng, miến và rau.

   A: 식사 하세요.
   B: 고마워요.
   A: 편하게 계세요.
   B: 이 음식이 너무 맛있네요. 무슨 음식이에요?
   A: 아, 이 음식은 냄이에요.
   B: 이 음식은 어떻게 만들어요?
   A: 이 음식은 돼지고기, 달걀, 당면, 채소로 만들어요.

복습하기 1

1.

(1) Hoa — Việt Nam — Học tiếng Việt 1 tháng
(2) John — Mỹ — Nói tiếng việt giỏi
(3) Tae Joon — Hàn Quốc — Phát âm tiếng Việt tốt
(4) Nana — Trung Quốc — Sinh viên

2.

(1) 매일, 꾸언은 아침 9시부터 일을 시작합니다. 일을 할 때 꾸언은 항상 흰 가운을 입습니다. 꾸언은 큰 건물에서 일하고 있으며 그 건물 안에는 병실과 침대가 많이 있습니다.

꾸언의 직업은 무엇입니까?

→ **Quân là bác sĩ.** 꾸언은 의사입니다.

(2) 응아의 일은 매우 바쁩니다. 유명한 레스토랑에서 일하고 있습니다. 베트남의 맛있는 음식뿐만 아니라 일본, 한국, 중국 등 다른 나라의 음식도 요리할 수 있습니다.

응아의 직업은 무엇입니까?

→ **Nga làm đầu bếp.** 응아는 요리사입니다.

(3) 휘는 JG 회사에서 일한 지 1년 정도 되었습니다. 매일 아침 8시부터 출근하여 저녁 7시에 퇴근합니다. 휘의 일은 매우 바쁘며 자주 출장을 가기도 합니다.

휘의 직업은 무엇입니까?

→ **Huy là nhân viên công ty.** 휘는 회사원입니다.

3.

(1) Tôi nói **được** một chút tiếng Việt.
베트남어를 조금 할 수 있습니다.

(2) Tae San **mới** đến Việt Nam được một tuần.
태산 씨는 베트남에 온 지 1주일이 되었습니다.

(3) John **có thể** viết và đọc tiếng Việt.
존은 베트남어를 쓰고 읽을 수 있습니다.

(4) Nana biết tiếng Việt nhưng **không biết** tiếng Hàn Quốc. 나나는 베트남어를 알지만 한국어는 모릅니다.

(5) Dạo này, **công việc** của tôi rất bận.
요즘, 일이 너무 바쁩니다.

(6) **Ước gì** tôi được nghỉ học ngày mai.
내일 휴강이었으면 좋겠습니다.

(7) Ngày mai, John **phải** đi công tác cùng giám đốc công ty. 내일, 존이 사장님과 함께 출장을 가야 합니다.

(8) Quân **luôn luôn** uống cà phê vào buổi sáng.
꾸언은 아침에 항상 커피를 마십니다.

(9) Tôi bị **đau bụng** từ buổi sáng.
아침부터 배가 아픕니다.

(10) Tôi muốn **thuê** ngôi nhà này 1 năm.
이 집을 1년 정도 임대하고 싶습니다.

4.

(1) (언어) tiếng Việt, tiếng Hàn, **tiếng Trung Quốc, tiếng Nhật, tiếng Anh,** …
베트남어, 한국어, 중국어, 일본어, 영어, …

(2) (취미) xem phim, nghe nhạc, **đọc sách, chụp ảnh, nấu ăn,** …
영화 보기, 음악 듣기, 책 읽기, 사진 찍기, 요리하기, …

(3) (기본 동사) học, ăn, ngủ, **đi, chơi, viết, đọc,** …
공부하다, 먹다, 잠자다, 가다, 놀다, 쓰다, 읽다, …

(4) (방) phòng khách, phòng ngủ, **phòng vệ sinh, phòng làm việc,** …
객실, 침실, 화장실, 일하는 방, …

(5) (질병) đau đầu, sốt, **cảm cúm, đau bụng, chóng mặt, đau tay,** …
두통이 있다, 열이 나다, 감기에 걸리다, 배가 아프다, 어지럽다, 손이 아프다, …

(6) (교통 수단) ô tô, xe máy, xe đạp, **xe buýt, máy bay, tàu hỏa,** …
자동차, 오토바이, 자전거, 버스, 비행기, 기차, …

5.

(1) Tôi mới đến Việt Nam được 2 tuần.
저는 베트남에 온 지 2주일이 되었습니다.

(2) John thường xuyên phải đi công tác.
존은 출장을 자주 가야 합니다.

(3) Tôi thích phim hài hoặc phim lãng mạn hơn phim hành động.
저는 액션 영화보다 코미디 영화나 로맨스 영화를 더 좋아합니다.

(4) Nana có thói quen dậy sớm và đọc báo vào buổi sáng.
나나는 아침에 일찍 일어나서 신문을 읽는 습관이 있습니다.

(5) Chú Quân đang vừa ngồi đọc sách vừa nghe nhạc cổ điển.
꾸언 아저씨는 책을 읽으면서 클래식 음악을 듣고 있습니다.

(6) Cô Hiền không có thói quen uống cà phê vào buổi tối.
히엔 아주머니는 저녁에 커피를 마시는 습관이 없습니다.

(7) Ngôi nhà này không những tiện nghi mà còn rất thoáng mát.
이 집은 편의시설이 있을 뿐만 아니라 아주 시원합니다.

(8) Tôi bị cảm và sốt từ đêm hôm qua.
저는 어젯밤부터 감기 기운이 있고 열이 났습니다.

(9) Anh không được uống rượu hay hút thuốc trong thời gian uống thuốc.
약을 복용하는 동안 술을 마시거나 담배를 피우면 안 됩니다.

(10) Nana nói là sẽ đi xem phim với Hoa vào cuối tuần.
나나가 주말에 화와 함께 영화를 보러 간다고 말했습니다.

6.

〈보기〉
A: 어느 나라 사람입니까?
B: 한국 사람입니다.

(1) A: Anh muốn ăn món nào? 뭐 드실래요?
    B: 아무거나 괜찮아요.
(2) A: Anh sẽ học tiếng Việt ở Việt Nam trong bao lâu? 베트남에서 베트남어를 얼마나 배우려고 해요?
    B: 베트남에서 베트남어를 3개월 정도 배우려고 해요.
(3) A: Hoa thích loại phim nào nhất? 어떤 종류의 영화를 가장 좋아합니까?
    B: 코미디 영화를 가장 좋아합니다.
(4) A: Thói quen của anh là gì? 어떤 습관이 있습니까?
    B: 일하기 전에 커피를 한 잔 마시는 습관이 있습니다.
(5) A: Công việc của anh dạo này thế nào? 요즘 일은 잘 돼나요?
    B: 요즘 일은 매우 바쁘고 힘듭니다.
(6) A: Anh bị đau ở đâu? 어디가 아프세요?
    B: Tôi bị đau chân. 다리가 아픕니다.
(7) A: Tiền thuê nhà bao nhiêu một tháng? 임대료는 1달에 얼마입니까?
    B: 임대료는 1달에 300만 동입니다.

(8) A: Hoa nói là đi du lịch ở đâu?
    화가 어디로 여행 간다고 말했죠?
    B: 화가 냐짱으로 여행 간다고 말했어요.
(9) A: Anh ăn bằng đũa được không?
    젓가락으로 먹을 수 있나요?
    B: 네, 젓가락으로 먹을 수 있어요.
(10) A: Cô ấy thế nào? 그녀는 어떤가요?
    B: 그녀는 예쁘고 똑똑합니다.

7.
(1) Tôi thấy đau đầu, đau họng và sổ mũi.
(2) Tôi thấy chóng mặt.
(3) Tôi thấy tức ngực khó thở.
(4) Thuốc này uống ngày 2 lần sau bữa ăn.
(5) Thuốc này uống ngày 1 lần trước khi đi ngủ.
(6) Trong thời gian uống thuốc, anh đừng uống rượu.
(7) Nếu tôi khỏi hẳn thì tôi có phải tới đây khám lại không?

8. [MP3 RE1-1]

Bạn thân của tôi tên là Nana. Sở thích của cô ấy là nghe nhạc, nấu ăn, chụp ảnh và đi du lịch. Cô ấy có thói quen vừa nghe nhạc vừa uống cà phê vào buổi sáng. Cô ấy nấu ăn rất ngon và chụp ảnh cũng rất đẹp. Vì vậy khi rảnh, cô ấy thường dạy tôi nấu ăn hoặc dạy tôi chụp ảnh. Cô ấy cũng rất thích đi du lịch cùng bạn bè vào cuối tuần.

제 친구 이름은 나나입니다. 그녀의 취미는 음악 듣기, 요리하기, 사진 찍기와 여행입니다. 그녀는 아침에 음악을 들으면서 커피를 한 잔 마시는 습관이 있습니다. 그녀는 요리도 잘하고 사진도 잘 찍습니다. 그래서 한가할 때 그녀가 저에게 요리와 사진 찍는 법을 가르쳐 줍니다. 그녀는 주말에 친구와 함께 여행 가는 것도 아주 좋아합니다.

(1) 나나의 취미는 무엇입니까?
Sở thích của Nana là nghe nhạc, nấu ăn, chụp ảnh và đi du lịch.
나나의 취미는 음악 듣기, 요리하기, 사진 찍기, 여행입니다.

(2) 나나는 무슨 습관이 있습니까?

Nana có thói quen vừa nghe nhạc vừa uống cà phê vào buổi sáng. 나나는 아침에 음악을 들으면서 커피를 한 잔 마시는 습관이 있습니다.

(3) 한가할 때 나나는 보통 무엇을 합니까?

Khi rảnh, Nana thường làm dạy tôi nấu ăn hoặc dạy tôi chụp ảnh. 한가할 때 나나는 저에게 요리와 사진 찍는 법을 가르쳐줍니다.

9. [MP3 RE1-2]

(1) John Sở thích của Hoa là gì?
    Hoa   Mình thích đọc sách, nghe nhạc.
    John Thế à? Hoa có thích xem phim không?
    Hoa   Có, mình thích phim lãng mạn.
    John Vậy, khi nào có thời gian chúng ta đi xem phim nhé.

    존   화의 취미는 뭐예요?
    화   제 취미는 책 읽기와 음악 듣기입니다.
    존   그래요? 영화 보는 것을 좋아하나요?
    화   네, 로맨스 영화를 좋아해요.
    존   그럼, 한가할 때 영화를 같이 보러 가요.

(2) John   Nghe nói bác có nhà cho thuê, phải không ạ?
    Chủ nhà Đúng. Cháu muốn thuê bao lâu?
    John   Cháu muốn thuê khoảng 6 tháng.
    Chủ nhà Mời cháu vào xem nhà.
    John   Tiền thuê nhà bao nhiêu một tháng ạ?
    Chủ nhà 4 triệu một tháng.

    존   집을 임대한다고 들었는데 맞습니까?
    집주인   맞아요. 얼마 동안 임대하고 싶으세요?
    존   6개월 정도 임대하고 싶어요.
    집주인   들어와서 집을 구경하세요.
    존   임대료는 한 달에 얼마인가요?
    집주인   1달에 400만 동입니다.

(3) Tae San Chào bác sĩ.
    Bác sĩ   Chào anh. Mời anh ngồi. Anh bị đau ở đâu?
    Tae San Tôi bị mệt từ hôm qua.
    Bác sĩ   Anh có bị sốt không?
    Tae San Dạ, tôi có bị sốt.
    Bác sĩ   Để tôi khám xem. Anh bị cảm cúm rồi.

    태산   안녕하세요.
    의사   안녕하세요. 앉으세요. 어디가 아프세요?
    태산   어제부터 몸이 아픕니다.
    의사   열이 있나요?
    태산   네, 열이 있습니다.
    의사   진찰해 볼게요. 감기에 걸렸네요.

BÀI 7

문법 테스트

1.
   (1) Tae Joon đã dịch quyển sách này từ tiếng Hàn sang tiếng Việt.
   태준은 이 한국어책을 베트남어로 번역했습니다.
   (2) Bố tôi đổi từ tiền won sang tiền Việt.
   우리 아버지는 원화를 베트남화로 바꾸었습니다.

2.
   (1) Xin hãy nói chậm./ Vui lòng nói chậm.
   (2) Xin hãy ngồi đây và đợi./ Vui lòng ngồi đây và đợi.

3.
   (1) Trang càng ngày càng xinh đẹp.
   (2) Kinh tế Việt Nam càng ngày càng phát triển.
   (3) Thời tiết/trời càng nóng, đồ ăn càng nhanh hỏng.

4.

(1) Đường Việt Nam chật hơn so với đường Hàn Quốc./ So với đường Hàn Quốc thì đường Việt Nam chật hơn.

(2) So với chiếc túi này, chiếc túi kia đỡ đắt hơn. (=Chiếc túi kia đỡ đắt hơn chiếc túi này)

(3) So với mùa hè năm ngoái, hè năm nay đỡ nóng hơn. (=Mùa hè năm nay đỡ nóng hơn (mùa hè) năm ngoái)

연습문제

1.

> ATM은 24시간 이용할 수 있기 때문에 아주 편리합니다. ATM에서 돈을 찾을 때는 먼저 현금카드를 기계에 넣습니다. 화면에서 '현금' 지급을 누릅니다. 비밀번호 4자리를 누르고 원하는 금액을 입력합니다. 카드와 영수증을 받으면 돈이 나옵니다.

(1) ① **Cách rút tiền mặt ở máy ATM**
ATM에서 현금카드 이용 방법

② Cách mở sổ tài khoản
통장을 개설하는 방법

③ Cách chuyển tiền ở máy ATM
ATM에서 현금 인출 방법

(2) ① **Đút thẻ tiền mặt vào.** 현금카드를 넣습니다.

② **Bấm vào nút 'Tiền mặt'.** '현금' 지급을 누릅니다.

③ **Nhập 4 số bí mật.** 비밀번호 4자리를 누릅니다.

④ **Nhập số tiền muốn rút.**
원하는 금액을 입력합니다.

⑤ **Nhận lại thẻ tiền mặt và hóa đơn.**
카드와 영수증을 받습니다.

⑥ **Lấy tiền ra.** 돈을 꺼냅니다.

2.

> ⟨보기⟩
> A : 통장을 만들고 싶은데 어떻게 하면 됩니까?
> B : 통장을 만들고 싶으면 신분증이 있어야 합니다.

(1) A : Nếu muốn rút tiền thì phải làm thế nào?
출금하려면 어떻게 하면 됩니까?

B : Nếu muốn rút tiền thì phải có thẻ tiền mặt. 출금하고 싶으면 현금 카드가 있어야 합니다.

(2) A : Nếu muốn chuyển tiền thì phải làm thế nào? 송금하고 싶은데 어떻게 하면 됩니까?

B : Nếu muốn chuyển tiền thì phải có số tài khoản. 송금하고 싶으면 계좌 번호가 있어야 합니다.

3. [MP3 **07-3**]

> John Ngân hàng Việt Nam làm việc đến mấy giờ?
> Trang Từ 8 giờ sáng đến 6 giờ chiều.
> John Nếu tôi muốn mở tài khoản thì cần có cái gì?
> Trang Cần có hộ chiếu ạ.
> John Tôi có thể nhận được thẻ tiền mặt ngay không?
> Trang Không, không nhận được ngay. Sau 1 tuần anh mới nhận được.
> John Cảm ơn Trang.
>
> 존 베트남 은행은 몇 시까지 해요?
> 짱 오전 8시부터 오후 6시까지 해요.
> 존 통장을 만들고 싶은데 무엇이 필요해요?
> 짱 여권이 필요해요.
> 존 현금카드도 바로 받을 수 있나요?
> 짱 아니요. 바로 받을 수 없어요. 1주일 뒤에 받을 수 있어요.
> 존 알려줘서 고마워요.

(1) 베트남 은행 이용 시간은 언제부터 언제까지입니까?

Ngân hàng Việt Nam làm việc từ 8 giờ sáng đến 6 giờ chiều.
베트남 은행은 오전 8시부터 오후 6시까지 합니다.

(2) 통장을 만들려면 무엇이 필요합니까?

Nếu muốn mở tài khoản thì cần có hộ chiếu. 통장을 만들려면 여권이 필요합니다.

(3) 통장을 만들 때 바로 현금카드를 받을 수 있습니까?

Khi mở tài khoản, không thể nhận thẻ tiền mặt ngay. Sau một tuần mới nhận được.
통장을 만들 때 현금카드를 바로 받을 수 없습니다. 1주일 뒤에 받을 수 있습니다.

BÀI 8

문법 테스트

1.
(1) Thời tiết hôm nay không lạnh lắm.
(2) Việc hôm nay không vất vả lắm.

2.
(1) A: 영화 보러 갈까요?
B: Tôi muốn đi mua sắm thay vì đi xem phim. 영화 보러 가는 대신 쇼핑하고 싶어요.
(2) A: 아파 보이네요. 병원에 가보세요.
B: Tôi muốn ở nhà nghỉ ngơi thay vì đi khám ở bệnh viện.
병원에 가는 대신 집에서 쉬고 싶어요.

3.
(1) Hôm nay gặp được giám đốc thì còn gì bằng.
(2) Anh làm giúp thì còn gì bằng.

4.
(1) Mẹ tôi đang đi xuống dưới tầng một.
(2) Anh hãy đi thẳng, sau đó rẽ phải.

연습문제

1.
② 실례지만 뭐 좀 물어봐도 될까요?
⑥ 네. 무엇을 묻고 싶어요?
③ 하노이 방송국이 어디에 있는지 아세요?
⑤ 하노이 방송국이요? 이 길로 직진한 다음에 우회전하세요.
④ 여기부터 거기까지 많이 멀어요?
① 아니요. 걸어가면 10분밖에 안 걸려요.

2. (1) ngã ba 삼거리
(2) ngã tư 사거리
(3) đèn tín hiệu 신호등
(4) rẽ trái 좌회전하다
(5) vạch sang đường 횡단보도
(6) cầu vượt 육교
(7) quay xe 유턴하다
(8) đi thẳng 직진하다

3. [MP3 08-3]

> Trường học ở cạnh hiệu sách. Hiệu sách ở đối diện bưu điện. Bưu điện ở giữa bến xe buýt và công ty SM. Công ty SM ở bên trái bưu điện. Bến xe buýt ở bên phải bưu điện. Công ty SM ở đối diện trường học.

학교는 서점 옆에 있습니다. 서점은 우체국 건너편에 있습니다. 우체국은 버스 정류장과 SM 회사 사이에 있습니다. SM 회사는 우체국 왼쪽에 있습니다. 버스 정류장은 우체국 오른쪽에 있습니다. SM 회사는 학교 건너편에 있습니다.

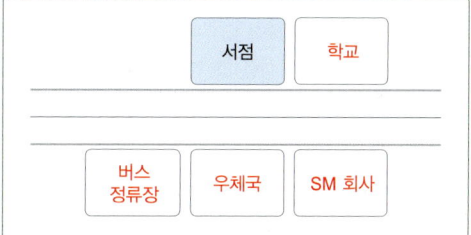

BÀI 9

문법 테스트

1.
(1) Giám đốc Kim bây giờ đang họp.
(2) Bây giờ, Hoa đang đi du lịch với gia đình.

2.
(1) Anh đã từng đi Gangnam chưa?
(2) Tôi chưa từng ăn phở Việt Nam.

3.
(1) Tôi định kết hôn ngay khi tốt nghiệp đại học.
(2) Tôi ngủ ngay khi bộ phim bắt đầu.

4.

(1) A: 태산 씨를 어디에서 만났습니까?

B: Tôi đã gặp anh Tae San ở sân bay **trên đường đi công tác**.
출장 가는 길에 태산 씨를 공항에서 만났습니다.

(2) A: 이 사진을 어디에서 찍었습니까?

B: Tôi đã chụp ảnh này **trên đường đi du lịch Nha Trang**.
나짱으로 여행 가는 길에 이 사진을 찍었습니다.

연습문제

1.

〈보기〉
1인실 / 50만 동 / 이틀
A: 안녕하세요? 방을 예약하고 싶습니다. 1인실은 하루에 얼마입니까?
B: 50만 동입니다. 여기서 며칠 머물 예정입니까?
A: 이틀 동안 있을 예정입니다.

(1) 1인실 / 70만 동 / 5일

A: Chào chị, tôi muốn đặt phòng. **Phòng đơn bao nhiêu tiền một đêm?**

B: **Bảy trăm nghìn một đêm.** Anh sẽ ở đây mấy ngày?

A: **Tôi sẽ ở đây năm ngày.**

(2) 2인실 / 100만 동 / 3일

A: Chào chị, tôi muốn đặt phòng. **Phòng đôi bao nhiêu tiền một đêm?**

B: **Một triệu một đêm.** Anh sẽ ở đây mấy ngày?

A: **Tôi sẽ ở đây ba ngày.**

(3) 1인실 / 50만 동 / 1주일

A: Chào chị, tôi muốn đặt phòng. **Phòng đơn bao nhiêu tiền một đêm?**

B: **Năm trăm nghìn một đêm.** Anh sẽ ở đây mấy ngày?

A: **Tôi sẽ ở đây một tuần.**

2.

(1) Alô, có phải **khách sạn** Lotte không ạ?
여보세요, 롯데 호텔 맞습니까?

(2) Tôi muốn đặt một **phòng đôi**.
1인실을 예약하고 싶습니다.

(3) Phòng đơn có đầy đủ **tiện nghi** và internet không ạ?
1인실은 편의시설을 모두 갖추고 인터넷도 되나요?

(4) Anh định ở **mấy ngày**? 며칠 머물 예정입니까?

(5) Tôi muốn đặt tour **tham quan** thành phố.
시티 투어를 예약하고 싶습니다.

(6) Trang **đã từng** đi Hàn Quốc nhưng chưa từng đi Nhật Bản.
한국에 가본 적은 있지만 일본에 가본 적은 없습니다.

(7) Nana đã mua hoa **trên đường** về nhà.
나나는 집에 들어가는 길에 꽃을 샀습니다.

(8) John đã bắt đầu học tiếng Việt **ngay khi** đến Việt Nam. 존은 베트남에 오자마자 베트남어를 배웠습니다.

BÀI 10

문법 테스트

1.

〈보기〉
영화가 너무 슬퍼서 울 뻔했습니다.

(1) Buổi sáng ngủ dậy muộn nên Hoa **suýt đến công ty trễ**. 아침에 늦게 일어나서 지각할 뻔했습니다.

(2) Tôi **suýt quên** cuộc hẹn với Hoa.
화와의 약속을 잊어버릴 뻔했습니다.

2.

(1) Tôi lo rằng sẽ muộn học nên tôi đã đi taxi.

(2) Tôi lo rằng sẽ quên cuộc hẹn nên tôi đã ghi lại.

3.

(1) Tôi **đã mệt lại còn bị mất ngủ**.
저는 피곤한 데다가 잠까지 못 잤습니다.

(2) Môn toán **đã khó lại còn không thú vị**.
   수학은 어려운 데다가 재미가 없습니다.

4.
   (1) Theo tôi thấy thì tiếng Việt không quá khó.
   (2) Theo tôi đoán thì họ đang yêu nhau.

연습문제

1.
   (1) Tae San suýt bị lỡ xe buýt.
   (2) Hoa suýt bị đi học muộn.
   (3) John suýt bị tai nạn.

2. [MP3 **10-3**]

Tae San	Hoa đã đăng ký môn học chưa?
Hoa	Mình chưa. Suýt nữa mình quên.
Tae San	Hoa định đăng ký mấy môn?
Hoa	Mình định đăng ký 5 môn. Nhưng mình sợ rằng 5 môn nhiều quá.
태산	화는 수강신청을 했니?
화	아직. 깜박할 뻔했네.
태산	화는 몇 개 과목을 신청하려고 해?
화	5과목을 신청하려고 해. 그런데 5과목은 너무 많을까 봐 걱정이야.

   (1) 이들은 무엇에 대해서 말하고 있습니까?
      Họ đang nói về việc đăng ký môn học. 이들은 수강신청에 대해서 말하고 있습니다.
   (2) 화는 몇 과목을 신청하려고 합니까?
      Hoa định đăng ký 5 môn học.
      화는 5과목을 신청하려고 합니다.

3.

화	나나 씨, 지금 몇 학년이지요?
나나	2학년이에요.
화	베트남어는 대학교 입학하기 전부터 배웠어요?
나나	아니요, 입학하기 전에는 베트남어를 하나도 몰랐어요. 입학한 후에 베트남 문자부터 시작했어요.
화	그래요? 그런데 베트남어를 참 잘하네요.
나나	고마워요. 그런데 아직 썩 잘하진 못해요.
화	졸업한 후에 뭐 할 거예요?
나나	베트남에서 일하려고 해요.

   (1) 나나는 지금 1학년인가요?
      Không, Nana đang học năm thứ 2.
      아니요, 나나는 지금 2학년입니다.
   (2) 나나는 언제부터 베트남어를 배웠나요?
      Nana đã học tiếng sau khi nhập học vào trường đại học.
      나나는 대학교 입학한 후에 베트남어를 배웠습니다.

BÀI 11

문법 테스트

1.
   (1) A: 뭐 하고 있어요?
      B: Tôi đang định ăn cơm.
   (2) A: 추우니까 문을 닫을게요.
      B: Tôi cũng đang định đóng cửa.
   (3) A: 넌 오늘 시장에 가니? 먹을 것 좀 사다 줘.
      B: Ừ, mình đang định đi đây, cậu muốn mua gì?
   (4) A: 그녀를 만날 때 안부를 전해 주세요.
      B: Tôi đang định gọi cho cô ấy đây, anh có cần tôi chuyển máy cho không?

2.
   (1) A: 태산 씨는 영어를 정말 잘하네요.
      B: Chẳng phải là Tae San đã học ở Mỹ còn gì.

정답 **209**

(2) A: 삼겹살을 먹을까요?
　　B: Chẳng phải là hôm qua chúng ta đã ăn rồi còn gì.

3.
(1) Tôi đang nghĩ xem có nên đi du lịch Jeju hay không. 제주도로 여행을 갈까 말까 생각 중이에요.
(2) Tôi đang nghĩ xem có nên kết hôn vào năm nay hay không. 올해 결혼을 할까 말까 생각 중이에요.

4.
(1) 봄이야말로 내가 가장 좋아하는 계절이에요.
(2) 한복이야말로 한국의 전통 옷이에요.

연습문제

1.
히엔	새 구두 한 켤레를 사고 싶어.
꾸언	나도 새 구두를 사려던 참인데.
히엔	그럼, 지금 같이 갈까?
꾸언	그래. 무슨 색깔을 좋아해?
히엔	빨간색 구두 한 켤레를 더 살까 말까 생각(살지 말지 고민) 중이야.
꾸언	빨간색 구두는 이미 두 켤레나 있잖아.
히엔	응. 그런데 빨간색을 좋아해서 더 사고 싶어.

(1) 히엔은 무엇을 사고 싶어합니까?
→ Hiền muốn mua một đôi giày mới.
　히엔은 새 신발을 사고 싶어합니다.
(2) 히엔에게 검은색 신발 두 켤레가 있는 것이 맞습니까?
→ Không phải. Hiền đã có 2 đôi giày màu đỏ. 아니요, 빨간색 구두가 두 켤레 있습니다.

2.
Trang: Chào chị. Em muốn may Hanbok ạ.
Thợ may: Có Hanbok truyền thống và Hanbok cách tân. Em muốn chọn loại nào?
Trang: Em đang nghĩ xem có nên may Hanbok cách tân hay không.
Thợ may: Đây là kiểu dáng mẫu, em mặc thử đi.

Trang: Ôi, đẹp quá. Kiểu dáng này chính là cái em muốn tìm.

3. [MP3 11-3]
(1) Sáng nay, tôi ngủ dậy muộn. Tôi vội vàng đánh răng, rửa mặt, mặc quần áo, đeo cà vạt, đi giày rồi sau đó đi làm.
오늘 아침에 늦게 일어났습니다. 급하게 양치를 하고, 세수를 하고, 옷을 입고, 넥타이를 매고, 신발을 신고 출근을 했습니다.
(2) Trời lạnh nên nếu đi ra ngoài thì phải quàng khăn nhé.
날씨가 추우니까 밖에 나가면 목도리를 둘러야 합니다.
(3) Trời nắng nên nếu đi ra ngoài thì phải đội mũ nhé.
햇볕이 강하니까 밖에 나가면 모자를 써야 합니다.
(4) Hãy cởi giày dép trước khi vào nhà.
집에 들어오기 전에 신발을 벗으세요.
(5) Anh ấy thường tháo kính khi đi ngủ.
그는 잠을 잘 때 안경을 벗습니다.

BÀI 12

문법 테스트

1.
<보기>
저는 그냥 그 사람의 이름을 알 뿐입니다.

(1) Nana chỉ đi chơi vào cuối tuần thôi.
나나는 주말에만 놀러 갑니다.
(2) Tôi chỉ yêu cô ấy thôi.
저는 그녀만 사랑할 뿐입니다.

2.
(1) A: 아침 식사를 하셨나요?
　　B: 우유만 먹었으니까 아침 식사를 아직 안 한 셈입니다.
(2) A: 일주일에 보통 6일 동안 출장가야 돼요.
　　B: 그럼, 일주일 다 출장 가는 셈이네요.

3.

〈보기〉
그녀는 내 친구들 중 하나입니다.

(1) Hoa hồng là một trong những loại hoa tôi thích nhất. 장미는 제가 가장 좋아하는 꽃들 중 하나입니다.
(2) Titanic là một trong những bộ phim tôi thích nhất. '타이타닉'은 제가 가장 좋아하는 영화들 중 하나입니다.

4.
(1) Chúc mừng tốt nghiệp.
(2) Chúc mừng đám cưới.
(3) Chúc anh/chị tìm được công việc tốt.
(4) Chúc việc kinh doanh của anh luôn thuận lợi. (thuận lợi : 잘 되다, 순조롭다)

연습문제

1.
(1) Vì mệt nên tôi **chỉ** muốn ngủ thôi.
피곤해서 잠만 자고 싶을 뿐이에요.
(2) Phở là **một trong những** món ăn người Việt Nam thích ăn nhất.
쌀국수는 베트남 사람이 가장 즐겨 먹는 음식들 중 하나입니다.
(3) Anh đã từng ăn thử **món ăn** truyền thống của Việt Nam chưa?
베트남 전통 음식을 먹어본 적이 있습니까?
(4) Tôi đã sống ở Việt Nam 10 năm nên Việt Nam coi như là **quê hương** của tôi.
베트남에서 10년 이상을 살았으니까 베트남이 고향인 셈입니다.
(5) Chúc mừng **năm mới**. 새해 복 많이 받으세요.
(6) **Ngày lễ** lớn nhất ở Hàn Quốc là ngày nào?
한국에서 제일 큰 명절은 뭐예요?

2. [MP3 **12-3**]

Tae San và Trang	Chúc mừng năm mới bố mẹ.
Bố mẹ	Tae San, Trang, chúc mừng năm mới.
Tae San	Chúc bố mẹ một năm mới nhiều sức khỏe, an khang, thịnh vượng.
Quân	Chúc các con sức khỏe, làm ăn ngày càng phát đạt.
Hiền	Chúc các con may mắn và thành công trong cuộc sống.
Tae San và Trang	Con cảm ơn bố mẹ.

태산과 장	엄마, 아빠 새해 복 많이 받으세요.
부모	태산, 장, 새해 복 많이 받아.
태산	새해를 맞이하여 부모님께 건강하고 평안하고 풍요롭길 기원합니다.
꾸언	새해를 맞이하여 건강하고 사업이 날로 번창하길 바라.
히엔	행운이 있고 성공하길 기원할게.
태산과 장	부모님, 감사합니다.

(1) 태산과 장은 부모님 생신을 축하한다. (X)
(2) 태산은 부모님께 건강하고 평안하고 풍요롭길 기원한다. (O)
(3) 부모님은 태산과 장에게 새해를 축하하지 않는다. (X)

3.

태준	베트남에서 제일 큰 명절이 뭐예요?
화	베트남에서 제일 큰 명절은 설날이에요.
태준	설날이 언제예요?
화	음력 1월 1일이에요.
태준	베트남 사람들은 설날에 보통 무엇을 해요?
화	베트남 사람들은 보통 차례를 지내고 어린이에게 세뱃돈을 줘요.
태준	베트남 사람들이 설날에 먹는 특별한 음식이 있나요?
화	베트남 사람들은 설날에 바잉쯩을 먹어요.

〈예시 답변〉

Hoa	Ngày lễ lớn nhất ở Hàn Quốc là ngày nào?
	한국에서 제일 큰 명절이 뭐예요?
Tôi	**Ngày lễ lớn nhất ở Hàn Quốc là Trung thu.** 한국에서 제일 큰 명절은 추석이에요.
Hoa	Ngày Trung thu là ngày nào?
	추석이 언제예요?
Tôi	**Là ngày 15 tháng 8 âm lịch.**
	음력 8월 15일이에요.
Hoa	Người Hàn Quốc thường làm gì vào ngày Trung thu?
	한국 사람들은 추석에 보통 무엇을 해요?

Tôi **Người Hàn Quốc thường cúng tổ tiên và ăn bánh Songpyeon.**
한국 사람들은 보통 조상들께 차례를 지내고 송편을 먹어요.

4.

〈예시 답변〉
Ngày lễ lớn nhất ở Việt Nam là ngày Tết. Ngày Tết là ngày 1 tháng 1 âm lịch. Người Việt Nam thường cúng tổ tiên và lì xì tiền mừng tuổi. Người Việt Nam thường ăn bánh chưng vào ngày Tết.

베트남에서 제일 큰 명절은 설날입니다. 베트남 설날은 음력 1월 1일입니다. 베트남 사람들은 보통 차례를 지내고 어린이에게 세뱃돈을 줍니다. 베트남 사람들은 설날에 바잉쯩을 먹습니다.

BÀI 13

문법 테스트

1.
(1) Thời tiết dần dần trở nên nóng.
(2) Sức khoẻ dần dần trở nên yếu.

2.
(1) Tôi đã quen với thời tiết ở đây.
저는 여기 날씨에 익숙해졌어요.
(2) John đã quen với việc ăn món ăn Việt Nam.
존은 베트남 음식에 익숙해졌어요.

3.
(1) Tôi mất 2 tiếng để làm bài tập.
숙제를 하는 데 2시간이 걸렸습니다.
(2) Tôi mất 3 tiếng để học nấu ăn.
요리를 배우는 데 3개월이 걸렸습니다.

4.
(1) Đó là công việc **đáng làm**.
(2) Bộ phim đó rất **đáng xem**.

연습문제

1.
(1) Nếu tập thể dục thì sẽ trở nên khỏe mạnh.
운동하면 건강해집니다.
(2) Nếu nghe nhạc thì sẽ trở nên vui vẻ.
음악을 들으면 기분이 좋아집니다.

2.

화	나나 씨, 요즘 베트남 생활은 어때요?
나나	처음에는 좀 힘들었는데 지금은 익숙해졌어요.
화	베트남에 처음 왔을 때 무엇이 제일 힘들었어요?
나나	베트남에 처음 왔을 때 친구가 없어서 심심하고 외로웠어요.
화	그럼, 지금은 어때요?
나나	지금은 친구도 많아지고 베트남 생활도 많이 편해졌어요.

(1) 베트남에 처음 왔을 때 나나는 친구가 많았습니까?
Không, khi mới đến Việt Nam, Nana không có nhiều bạn nên rất buồn và cô đơn.
아니요. 베트남에 처음 왔을 때, 나나는 친구가 없어서 심심하고 외로웠어요.

(2) 지금 나나의 생활은 어떻습니까?
Bây giờ, Nana có nhiều bạn và cuộc sống cũng trở nên thoải mái nhiều.
지금 나나는 친구가 많아지고 베트남 생활도 많이 편해졌어요.

3. [MP3 **13-3**]

Trang **Cuộc sống sinh hoạt** ở Việt Nam thế nào, anh John?
John Lúc đầu **hơi vất vả** một chút nhưng bây giờ tôi đã **quen với** cuộc sống ở đây.
Trang Thế à? Vậy anh còn **điều gì** bất tiện nữa không?
John Còn chứ. Tôi vẫn chưa quen với **đồ ăn** Việt Nam. Nên tôi phải tự nấu ăn hàng ngày.
Trang Tôi biết có một **quán ăn** Châu Âu rất ngon, hôm nay chúng ta **cùng đi** tới đó ăn nhé?
John Được thôi.

장	존 씨, 베트남 생활은 어때요?
존	처음에는 좀 힘들었는데 지금은 익숙해졌어요.
장	그래요? 그럼, 불편함이 없는 건가요?
존	아직 있어요. 베트남 음식은 아직 익숙해지지 않아서 매일 요리해서 먹어요.
장	아주 유명한 유럽 식당을 하나 아는데, 오늘 그곳에 같이 가볼까요?
존	좋아요.

복습하기 2

1.
(1) ③ Chào chị, tôi có thể giúp gì cho chị?
안녕하세요? 무엇을 도와 드릴까요?
④ Tôi muốn đổi một ít tiền từ won sang tiền Việt. 원을 베트남 동으로 환전하고 싶습니다.
① Vâng, chị muốn đổi bao nhiêu?
네, 얼마를 환전하고 싶으세요?
⑤ Tôi muốn đổi 1 triệu won. Tỉ giá won hôm nay thế nào?
백만 원을 환전하고 싶습니다. 오늘 원 환율은 어떻습니까?
② Hôm nay tỉ giá 1 nghìn won là 19.900 đồng.
오늘 환율은 천 원에 19.900동입니다.

(2) ① Xin lỗi, chị vui lòng cho hỏi.
실례지만 잠시 묻겠습니다.
④ Vâng, anh muốn hỏi gì? 네, 무엇을 묻고 싶으세요?
⑤ Từ đây đến trường Đại học Hà Nội có xa không ạ? 여기에서 하노이대학교까지 많이 먼가요?
③ Không xa lắm, anh đi thẳng đường này, khoảng 10 phút là tới.
별로 멀지 않아요. 이 길로 직진하면 돼요. 10분 정도 걸려요.
② Vâng, cảm ơn chị. 네, 고맙습니다.

(3) ③ Chào chị, tôi muốn đặt phòng khách sạn.
안녕하세요. 방을 예약하고 싶은데요.
⑤ Vâng, anh muốn đặt phòng đôi hay phòng đơn? 1인실을 원하세요, 아니면 2인실을 원하세요?
① Tôi muốn đặt một phòng đôi. Phòng đôi bao nhiêu một đêm? 1인실을 예약하고 싶습니다. 1인실은 하루에 얼마입니까?
④ Dạ, 900 nghìn một đêm. Anh sẽ ở đây bao lâu? 하루에 90만 동입니다. 며칠 동안 머무실 거예요?
② Tôi sẽ ở đây 2 ngày. 이틀 동안 있으려고 합니다.

2.
(1) Giá cả càng ngày càng tăng. 값이 나날이 올라갑니다.
(2) Anh đi thẳng đường này, đến ngã ba thì rẽ phải. 이 길로 직진하다가 삼거리에서 우회전하세요.
(3) Cho tôi đổi tiền từ đô la sang tiền Việt.
달러를 베트남 동으로 환전해주세요.
(4) Phòng đơn bao nhiêu tiền một đêm?
1인실은 하루에 얼마입니까?
(5) Tôi đang nghĩ xem có nên mua Hanbok hay không. 한복을 살까 말까 생각 중입니다.

3. (1) ⓓ (2) ⓒ (3) ⓑ (4) ⓔ (5) ⓐ

(1) Công viên ở đối diện khách sạn.
공원은 호텔 맞은편에 있습니다.
(2) Bưu điện ở bên phải sở cảnh sát.
우체국은 경찰서 오른쪽에 있습니다.
(3) Sở cảnh sát ở bên trái đường.
경찰서는 길의 왼쪽에 있습니다.
(4) Trường học ở cạnh bến xe buýt.
학교는 버스정류장 옆에 있습니다.
(5) Siêu thị ở đằng sau trường học.
마트는 학교 뒤에 있습니다.

4.
(은행에서)	
직원	안녕하세요. 무엇을 도와드릴까요?
꾸언	달러를 베트남 돈으로 환전하고 싶습니다.
직원	네, 얼마를 환전하고 싶습니까?
꾸언	300달러를 환전하고 싶습니다. 오늘 환율은 어떻습니까?
직원	1달러에 23.000동입니다.

정답

(1) 꾸언은 지금 어디에 있습니까?
→ **Quân đang ở ngân hàng.**
꾸언은 은행에 있습니다.

(2) 꾸언은 얼마를 환전하고 싶어합니까?
→ **Quân muốn đổi 300 đô la.**
300달러를 환전하고 싶어합니다.

(3) 오늘 환율은 어떻습니까?
→ **Tỷ giá hôm nay là 1 đô la là 23.000 đồng.**
환율은 1달러에 23,000동입니다.

5.

> 안녕하세요. 저는 태준이라고 합니다. 베트남에 온 지 2달밖에 안 되어서 아직 불편한 것이 많습니다. 베트남 음식에 아직 익숙해지지 않아서 매일 요리해서 먹습니다. 나의 친구는 나나라고 합니다. 그녀는 베트남에 온 지 1년이 되었습니다. 그녀는 베트남 생활에 익숙해져서 베트남의 모든 음식을 먹을 수 있습니다.

(1) 태준은 베트남에 온 지 얼마나 되었습니까?
→ **Tae Joon đã sang Việt Nam được 2 tháng.**
태준은 베트남에 온 지 2달이 되었습니다.

(2) 태준 씨는 베트남 음식에 익숙해졌나요?
→ **Tae Joon vẫn chưa quen đồ ăn Việt Nam.**
태준 씨는 베트남 음식에 아직 익숙하지 않습니다.

(3) 나나는 베트남 음식을 먹을 수 없습니까?
→ **Không, Nana có thể ăn tất cả các món ăn Việt Nam.**
아니요, 베트남의 모든 음식을 먹을 수 있습니다.

6.

(1) **Tôi muốn đổi tiền từ won sang tiền đô la.**
원을 달러로 환전하고 싶습니다.

(2) **Tôi dịch sách từ tiếng Việt ra tiếng Hàn.**
베트남어책을 한국어로 번역합니다.

(3) **Mùa hè Việt Nam nóng hơn so với mùa hè Hàn Quốc.**
한국 여름에 비해서 베트남 여름은 더 덥습니다.

(4) **Vì mệt nên tôi muốn đi taxi thay vì đi bộ.**
피곤해서 걷는 대신 택시를 타고 싶습니다.

(5) **Cuối tuần được đi xem phim thì còn gì bằng.**
주말에 영화를 보러 가게 된다면 더할 나위가 없습니다.

(6) **Tôi muốn đặt một phòng đơn và một phòng đôi.**
1인실 하나와 2인실 하나 예약하고 싶습니다.

(7) **Bộ phim buồn nên tôi suýt khóc.**
영화가 슬퍼서 울 뻔했습니다.

(8) **Hoa đang nghĩ xem mua hè này có nên đi du lịch Hàn Quốc hay không.**
화는 이번 여름에 한국에 여행 갈까 말까 생각 중입니다.

(9) **Tết là một trong những ngày lễ lớn nhất ở Việt Nam.**
뗏(설날)은 베트남의 가장 큰 명절들 중 하나입니다.

(10) **Tôi mất 6 tháng để làm quen với cuộc sống ở Việt Nam.**
베트남 생활이 익숙해지는 데에 6개월이 걸렸습니다.

7. [MP3 RE2-1]

(1) Hoa   Chị Trang ơi, em muốn may **một bộ áo dài**.
Trang   **Chẳng phải là** em đã có một bộ áo dài **rồi còn gì**.
Hoa   Em muốn may một bộ mới vì bộ cũ của em bị chật rồi.
Trang   Vậy, **bây giờ** mình đi nhé.

화   장 언니, 아오자이 한 벌을 맞추고 싶은데.
장   너는 이미 아오자이가 있잖아.
화   그건 몸에 끼어서 새 걸로 한 벌 맞추려고 해.
장   그럼, 지금 가자.

(2) Trang   Sắp đến Tết rồi anh John **có dự định gì không?**
John   Năm nay tôi định sẽ ở Việt Nam **ăn Tết**.
Trang   Vậy, Tết năm nay anh đến nhà tôi chơi và ăn **bánh chưng** nhé.
John   Vâng, cảm ơn Trang. Tôi sẽ đến.

장   설날이 곧 다가오는데 존 씨는 무슨 계획이 있어요?
존   올해 설은 베트남에서 보내려고 해요.

장   그럼, 올해 설날에는 우리 집에 가서 바잉 쯩을 먹어요.
존   좋아요. 고마워요. 꼭 갈게요.

(3) John Cuộc sống sinh hoạt ở Việt Nam của anh thế nào?
Tae Joon À, lúc đầu hơi vất vả nhưng bây giờ thì cũng trở nên quen rồi. Còn anh John?
John Tôi cũng đã quen với cuộc sống ở Việt Nam. Và tôi cũng đã quen với đồ ăn và thời tiết ở Việt Nam.

존   요즘 베트남 생활은 어때요?
태준 처음에는 좀 힘들었는데 지금은 익숙해졌어요. 존 씨는요?
존   저도 베트남 생활에 익숙해졌어요. 그리고 저도 베트남 음식과 날씨에 익숙해졌어요.